நீங்கள் இந்த உலகை மாற்ற
விரும்பினால், முதலில் . . .

உங்கள் படுக்கையை
மடித்து வையுங்கள்

உங்கள் படுக்கையை மடித்து வையுங்கள்

உங்கள் வாழ்க்கையை மாற்றக்கூடிய சின்னஞ்சிறு விஷயங்கள் . . .
ஒருவேளை அவை உலகையே மாற்றக்கூடும்

வில்லியம் எச். மெக்ரேவன்

தமிழில்: PSV குமாரசாமி

MANJUL

மஞ்சுள் பப்ளிஷிங் ஹவுஸ்

First published in India by

MANJUL

Manjul Publishing House

Corporate and Editorial Office

• 2nd Floor, Usha Preet Complex, 42 Malviya Nagar, Bhopal 462 003 - India

Sales and Marketing Office

• C-16, Sector 3, Noida, Uttar Pradesh 201301, India
Website: www.manjulindia.com

Distribution Centres

Ahmedabad, Bengaluru, Kochi, Kolkata, Chennai,
Hyderabad, Mumbai, New Delhi, Pune

Tamil translation of *Make Your Bed: Feel grounded and think positive in 10 simple steps* by *William H. McRaven*

This edition first published in 2022
Third impression 2025

ISBN 978-93-5543-172-1

Translated by PSV Kumarasamy
Edited by Nagalakshmi Shanmugam

Printed and bound in India by Thomson Press (India) Ltd.

பில், ஜான், கெல்லி ஆகிய என்னுடைய மூன்று குழந்தைகளுக்கும் இந்நூல் அர்ப்பணம். தன் குழந்தைகள் குறித்து என் அளவுக்கு வேறு எந்த அப்பாவாலும் பெருமிதம் கொண்டிருக்க முடியாது. என் குழந்தைகளால் என் வாழ்க்கையின் ஒவ்வொரு கணமும் மேம்பட்டுக் கொண்டிருக்கிறது.

அடுத்து, என் கனவுகள் அனைத்தையும் சாத்தியமாக்கியுள்ள என் தோழியும் என் மனைவியுமான ஜார்ஜீனுக்கு இந்நூலை நான் காணிக்கையாக்குகிறேன். அவரின்றி நானில்லை.

உள்ளடக்கம்

முன்னுரை

2014 ஆம் ஆண்டு மே 17 அன்று, அமெரிக்க நகரமான ஆஸ்டினிலுள்ள டெக்சாஸ் பல்கலைக்கழகத்தில் நடைபெற்றப் பட்டமளிப்பு விழாவில் மாணவர்களிடையே உரையாற்றும் கௌரவம் எனக்குக் கிடைத்தது. அப்பல்கலைக்கழகம்தான் என் அறிவாலயம் என்றாலும், போரால் வரையறுக்கப்பட்ட ஒரு பணியை மேற்கொண்டிருந்த ஒரு இராணுவ அதிகாரியின் பேச்சுக்கு மாணவர்கள் மத்தியில் பெரிதாக வரவேற்பு இருக்காது என்று நான் ஐயம் கொண்டிருந்தேன். ஆனால் வியப்பளிக்கும் விதமாக, அம்மாணவர்கள் என்னுடைய உரையைப் பெரும் ஆர்ப்பரிப்புடன் வரவேற்றனர். கடற்படையின் ஒரு பகுதியான 'நேவி சீல்' பிரிவுக்கான பயிற்சியில் நான் ஈடுபட்டிருந்தபோது நான் கற்றுக் கொண்ட பத்துப் பாடங்களை அடிப்படையாக வைத்துத்தான் நான் என் சொற்பொழிவை அமைத்திருந்தேன். அதற்கு ஓர் உலகளாவிய வரவேற்பு இருந்தது அப்போது எனக்குத் தெரிந்தது. அந்த எளிய பாடங்கள், நேவி சீல் வீரர்களின் பயிற்சியின் கடும்

சோதனைகளைக் கையாள்வது தொடர்பானவை என்றாலும், வாழ்க்கையின் சவால்களைக் கையாள்வதற்கும் அவற்றால் உதவ முடியும். நான் அந்தச் சொற்பொழிவை நிகழ்த்தியதற்குப் பிந்தைய சில ஆண்டுகளில், அதைப் பார்த்திருந்த மற்றும் கேட்டிருந்த ஏராளமான மக்கள், பொதுவிடங்களில் என்னைச் சந்தித்தபோது, என்னை நிறுத்தித் தங்களுடைய சொந்தக் கதைகளை என்னுடன் பகிர்ந்து கொண்டனர். நான் அச்சொற்பொழிவில் குறிப்பிட்டிருந்த படிப்பினைகள் எப்படித் தங்களுடைய வாழ்க்கையில் குறிப்பிடத்தக்கப் பங்காற்றின என்று அவர்கள் என்னிடம் கூறினர். அந்தப் பத்துப் பாடங்களும் எப்படி என் வாழ்க்கையைச் செதுக்கின என்பதை அறிந்து கொள்ள அவர்கள் ஆவல் கொண்டிருந்தனர். அதை நோக்கிய ஒரு முயற்சிதான் இச்சிறிய புத்தகம். அப்பாடங்களோடு, தங்களுடைய கட்டுப்பாடு, விடாமுயற்சி, கொள்கைப் பிடிப்பு, துணிச்சல் ஆகியவற்றின் மூலம் என்னை ஊக்குவித்தச் சிலரின் கதைகளையும் சேர்த்து நான் இதில் கொடுத்திருக்கிறேன். நீங்கள் இப்புத்தகத்தைப் படித்து இரசிப்பீர்கள் என்று நான் நம்புகிறேன்!

அத்தியாயம் 1

ஒரு வேலையைச் செய்து முடித்தத் திருப்தியுடன் உங்களுடைய நாளைத் துவக்குங்கள்

நீங்கள் இந்த உலகை மாற்ற விரும்பினால் . . .

உங்கள் படுக்கையை மடித்து வைப்பதிலிருந்து துவக்குங்கள்!

அமெரிக்காவின் கலிஃபோர்னியா மாநிலத்தில் கொரனாடோ என்ற இடத்திலுள்ள கடற்கரையிலிருந்து வெறும் 100 மீட்டர் தூரத்தில்தான், பயிற்சிக்காகத் தேர்ந்தெடுக்கப்பட்டிருந்த நேவி சீல் வீரர்கள் தங்குமிடம் இருந்தது. மூன்று மாடிகளைக் கொண்டிருந்த அக்கட்டடம், மிகச் சாதாரணமாகவே காட்சியளித்தது. அக்கட்டடத்தில் குளிர்சாதன வசதிகள் எதுவும் செய்யப்பட்டிருக்கவில்லை. அதனால் இரவு வேளைகளில் அறைச் சன்னலைத் திறந்து வைத்துக் கொண்டு தூங்கினால், அலைகளின் ஆர்ப்பரிப்பையும் அவை கரைமீது மோதுகின்ற சத்தத்தையும் உங்களால் கேட்க முடியும்.

அந்த அறைகள் எளிமையாக இருந்தன. மூன்று சக பயிற்சியாளர்களோடு நான் தங்கியிருந்த அறையில் மொத்தம் நான்கு கட்டில்கள் போடப்பட்டிருந்தன. எங்களுடைய சீருடைகளைத் தொங்கவிடுவதற்கு ஓர் உள் அலமாரி இருந்தது. அவற்றைத் தவிர வேறு எதுவும் அந்த அறையில் இருக்கவில்லை. நான் அங்குத் தங்கியிருந்த காலத்தில், காலையில் எழுந்தவுடன் முதல் வேலையாக என் படுக்கையை ஒழுங்குபடுத்துவேன். அதுதான் காலையில் நாங்கள் செய்து முடிக்க வேண்டிய முதல் பணி.

அதைத் தொடர்ந்து எங்களுடைய சீருடைச் சோதனை, நீண்ட நேர நீச்சல் பயிற்சி, நீண்ட தூர ஓட்டப் பயிற்சி, தடைகளைக் கடக்கின்ற பயிற்சி ஆகியவற்றால் எங்களுடைய நாட்கள் நிறைந்திருக்கும். நாள் முழுவதும் எங்களுடைய பயிற்றுவிப்பாளர்கள் எங்களை வாட்டி வதைத்துக் கொண்டிருப்பதையும் நாங்கள் பொறுத்துக் கொள்ள வேண்டியிருக்கும்.

எங்களுடைய பயிற்றுவிப்பாளர்களில் ஒருவரான லெப்டினன்ட் ஜூனியர் கிரேடு டேனல் ஸ்டூவர்ட் எங்கள் அறைக்குள் நுழைந்தபோது, எங்களுடைய குழுத் தலைவர், "அட்டென்ஷன்!" என்று கத்தினார். என் கட்டிலின் கால்மாட்டில் நின்று கொண்டிருந்த நான், அந்த அதிகாரி என்னை நோக்கி அடியெடுத்து வைக்கத் துவங்கியதும், நான் என் இரு கால்களையும் சத்தத்துடன் ஒன்றாகக் குவித்து உடனடியாக நிமிர்ந்த நிலைக்கு வந்தேன். இறுகிய முகத்துடனும், உணர்ச்சிகள் எதையும் வெளிப்படுத்தாத தோற்றத்துடனும் இருந்த அந்தப் பயிற்றுவிப்பாளர் என்னைச் சோதிக்கத் துவங்கினார். அவர் தன் சோதனையை, என்னுடைய சீருடைத் தொப்பி ஒழுங்காகக் கஞ்சி போடப்பட்டு விறைப்பாகவும் நேர்த்தியாகவும் இருந்ததா என்பதைச் சோதிப்பதிலிருந்து துவக்கினார். பின், தலையிலிருந்து கால்வரை, என் சீருடையின் ஒவ்வோர் அங்குலத்தையும் அவருடைய கண்கள் அளவெடுத்தன. என் உடைகளில் இருந்த மடிப்புகள் சீராக இருந்தனவா? என் பெல்ட்டில் இருந்த பித்தளைப்

பட்டை, முகம் பார்க்கின்ற கண்ணாடிபோலப் பளிச்சென்று இருந்ததா? என் பயிற்றுவிப்பாளரின் உருவத்தைப் பிரதிபலிக்கின்ற அளவு என் காலணிகள் பளிச்சூட்டப்பட்டிருந்தனவா? ஒரு பயிற்சியாளரிடம் எதிர்பார்க்கப்பட்டத் தரத்திற்கு ஏற்ப என் உடைகள் இருந்ததைக் கண்டு திருப்தியடைந்த அவர், அடுத்து என் கட்டிலைப் பரிசோதிப்பதற்காக அதை நோக்கி நடந்தார்.

அந்த அறையைப்போலவே அக்கட்டிலும் எளிமையாகத்தான் இருந்தது. அது இரும்பிலான ஒரு சட்டத்தையும் அதன் மேல் போடப்பட்டிருந்த மெத்தையையும் மட்டுமே உள்ளடக்கியிருந்தது. அந்தக் கட்டிலின்மீது விரிக்கப்பட்டிருந்த ஒரு படுக்கை விரிப்பு அந்த மெத்தையை மூடியிருந்தது. அதன்மீது ஒரு மெல்லிய துணியும் விரிக்கப்பட்டிருந்தது. சான்டியாகோவின் இரவுநேரக் குளிரிலிருந்து பாதுகாத்த ஒரு கம்பளி அந்த மெத்தைக்கு அடியில் இறுக்கமாகச் செருகப்பட்டிருந்தது. இரண்டாவது போர்வை ஒன்று கச்சிதமான செவ்வக வடிவில் மடிக்கப்பட்டு, அந்தப் படுக்கையின் கால்மாட்டில் நேர்த்தியாக வைக்கப்பட்டிருந்தது. 'லைட்ஹவுஸ் ஃபார் த பிளைன்ட்' என்ற தொண்டு நிறுவனத்தால் தயாரிக்கப்பட்டிருந்த தலையணை ஒன்று அந்தப் படுக்கைக்கு நடுவில், அந்தப் போர்வைக்கு 90 டிகிரி கோணத்தில் வைக்கப்பட்டிருந்தது. இவை கச்சிதமாக இப்படித்தான் இருந்தாக வேண்டும். இதில் நான் சிறிது பிசகியிருந்தாலும், உடனடியாகக் கடலுக்குச் சென்று நீரில் நனைந்துவிட்டு, கடற்கரை

மணல்மீது புரண்டு என் உடல் முழுவதும் மண் ஒட்டிக் கொண்டிருக்கும் நிலையில் நான் திரும்பி வந்தாக வேண்டும். அதுதான் எங்களுக்கான தண்டனை. இதற்கு நாங்கள் எங்களுக்குள் ஒரு பட்டப்பெயர் வைத்திருந்தோம்: 'சீனி பிஸ்கெட்.'

அசையாமல் விறைப்பாக நின்று கொண்டிருந்த நான், ஓரக்கண்ணால் அந்தப் பயிற்றுவிப்பாளரைப் பார்த்தேன். அவர் என் கட்டிலின் மேல் குனிந்து, அந்த மெத்தை, தலையணை, போர்வை ஆகியவை ஒழுங்குடன் இருந்தனவா என்று உன்னிப்பாகப் பார்த்தார். கடைசியாக ஒரே ஒரு சோதனை பாக்கியிருந்தது. அவர் தன் பாக்கெட்டுக்குள் கைவிட்டு ஒரு நாணயத்தை வெளியே எடுத்து, என் படுக்கைக்கு மேலே உயரமாக அதைச் சுண்டினார். அது என் படுக்கையில் பட்டதும், அவரால் பிடித்துக் கொள்ளும் உயரம்வரை மேல் நோக்கித் துள்ளியது.

பின் அந்தப் பயிற்றுவிப்பாளர் என்னை நோக்கித் திரும்பி, என் கண்களை நேருக்கு நேராகப் பார்த்து லேசாகத் தலையசைத்தார். அவர் ஒரு வார்த்தைகூடப் பேசவில்லை. நான் என் படுக்கையை ஒழுங்காக மடித்து வைத்திருந்தது ஒரு பாராட்டைப் பெறுவதற்கான ஒரு வாய்ப்புக் கிடையாது. அது என்னிடமிருந்து எதிர்பார்க்கப்பட்ட ஒன்று. காலையில் எழுந்தவுடன் நான் செய்தாக வேண்டிய முதல் வேலை அது. அதைக் கச்சிதமாகச் செய்வது மிகவும் முக்கியம். அது என்னுடைய கட்டுப்பாட்டை

வெளிப்படுத்தியது. சின்னச் சின்ன விஷயங்களை நான் எவ்வளவு கண்ணும் கருத்துமாகச் செய்தேன் என்பதை அது எடுத்துரைத்தது. அந்த நாளின் முடிவில், நான் ஒரு வேலையை, அது எவ்வளவு அற்பமான ஒன்றாக இருந்தபோதிலும், நான் பெருமை கொள்ளத்தக்க விதத்தில் சிறப்பாகச் செய்திருந்தேன் என்பதற்கான நினைவூட்டியாக அது அமையும்.

நான் கடற்படையில் பணியாற்றிய காலம் முழுவதும், காலையில் எழுந்ததும் படுக்கையை மடித்து வைக்கின்ற வேலையை ஒவ்வொரு நாளும் தவறாமல் செய்து வந்தேன். நான் நேவி சீல் வேலையில் சேர்ந்து சில காலத்திற்குப் பிறகு, அமெரிக்க நீர்மூழ்கிக் கப்பலான 'யுஎஸ்எஸ் கிரேபேக்'கில் பணிபுரிவதற்காக அனுப்பி வைக்கப்பட்டேன். அதில் இருந்தபோது, அங்கு நோயாளிகளுக்கு ஒதுக்கப்பட்ட இடத்தில் தங்கிக் கொள்ளுமாறு நான் கேட்டுக் கொள்ளப்பட்டேன். அந்த அறையில், இட சேமிப்புக் கருதி, ஒன்றின் மேல் ஒன்றாக நான்கு படுக்கைகள் அமைக்கப்பட்டிருந்தன. அங்கிருந்தவர்களைக் கவனித்துக் கொண்டிருந்த மருத்துவர், காலையில் எழுந்தவுடன் நான் என் படுக்கையை ஒழுங்காக மடித்து வைக்க வேண்டும் என்று வற்புறுத்தினார். தங்களுடைய படுக்கைகளை ஒழுங்காகவும் சுத்தமாகவும் வைத்துக் கொள்ளாமல் இருந்தால், மாலுமிகளால் எப்படி ஒரு நல்ல மருத்துவக் கவனிப்பை எதிர்பார்க்க முடியும் என்று அவர் வாதிட்டார். இந்த ஒழுங்கு மற்றும் சுத்தம் குறித்த

உணர்வு இராணுவ வாழ்க்கைமுறையின் ஒவ்வோர் அம்சத்திலும் ஊடுருவியிருந்ததைப் பின்னர் நான் தெரிந்து கொண்டேன்.

முப்பது ஆண்டுகளுக்குப் பிறகு, நியூயார்க் நகரின் இரட்டைக் கோபுரங்கள் விமானத் தாக்குதல்களுக்கு உட்பட்டுத் தரைமட்டமாக்கப்பட்டன. அமெரிக்க இராணுவத் தலைமையிடமான பென்டகனும் தாக்குதலுக்கு உள்ளானது. பென்சில்வேனியா மாநிலத்திற்கு மேல் பறந்து கொண்டிருந்த மற்றொரு விமானத்தில் இருந்த துணிச்சல்மிக்க அமெரிக்கர்கள் தீவிரவாதிகளுடன் போராடி, இறுதியில் அவர்களும் உயிரிழந்தனர்.

அத்தாக்குதலின்போது, ஒரு மோசமான பாராசூட் விபத்தில் காயமடைந்திருந்த நான் என் வீட்டில் ஓய்வெடுத்துக் கொண்டிருந்தேன். என் அறைக்குள் ஒரு மருத்துவமனைக் கட்டில் போடப்பட்டிருந்தது. அச்சமயத்தில், ஒரு நாளின் பெரும்பான்மை நேரம் நான் படுக்கையில் படுத்துக் கொண்டு மேலேயிருந்த சுவரை வெறித்துக் கொண்டிருந்தேன். இரட்டைக் கோபுரத் தாக்குதல் செய்தியைக் கேள்விப்பட்டப் பிறகு, அந்தப் படுக்கையிலிருந்து எழுந்து வெளியேறிவிட வேண்டும் என்று நான் துடித்தேன். மற்ற நேவி சீல் வீரர்களைப்போலவே நானும் தீவிரவாதத்திற்கு எதிரான சண்டையில் என்னுடைய சகாக்களுடன் களத்தில் இருக்க ஏங்கினேன்.

வேறு எவருடைய உதவியுமின்றி என்னுடைய

படுக்கையிலிருந்து என்னால் தனியாக எழுந்திருக்க முடிந்த நாளன்று நான் செய்த முதல் காரியம், படுக்கை விரிப்புகளை ஒழுங்கு செய்து, தலையணையைச் சீராக வைத்ததுதான். நான் என்னுடைய காயத்திலிருந்து தேறிவிட்டேன் என்பதையும், என் வாழ்க்கையில் முன்னோக்கிச் செல்லத் தயாராகிவிட்டேன் என்பதையும் நான் அவ்வாறு வெளிப்படுத்தியிருந்தேன்.

9/11 நிகழ்வு நடந்து நான்கு வாரங்களுக்குள் நான் வெள்ளை மாளிகைக்குப் பணிமாற்றம் செய்யப்பட்டேன். தீவிரவாதத்தைக் கையாள்வதற்காக வெள்ளை மாளிகையில் உருவாக்கப்பட்டிருந்த அலுவலகத்தில் நான் அடுத்த இரண்டு ஆண்டுகளைச் செலவழித்தேன். 2003 அக்டோபர் மாதவாக்கில், ஈராக்கின் தலைநகரான பாக்தாத்தின் விமானத் தளம் ஒன்றில் தற்காலிகமாக அமைக்கப்பட்டிருந்த அமெரிக்கத் தலைமையகத்தில் நான் இருந்தேன். முதல் சில மாதங்களுக்கு நாங்கள் இராணுவக் கட்டில்களில்தான் தூங்கினோம். ஆனாலும் காலையில் எழுந்தவுடன் முதல் வேலையாக, நான் உறங்கிக் கொண்டிருந்த ‘ஸ்லீப்பிங் பேக்’கை மடித்து வைத்துவிட்டு, தலையணையை அந்தப் படுக்கையின் தலைமாட்டின் அருகே ஒழுங்காக வைத்துவிட்டுத்தான் என் நாளைத் துவக்கினேன்.

2003 டிசம்பரில் அமெரிக்கப் படைகள் சதாம் உசேனைச் சிறைபிடித்தன. அவரை நாங்கள் ஒரு சிறிய அறையில் அடைத்து வைத்திருந்தோம்.

அவரும் ஒரு இராணுவக் கட்டிலில்தான் தூங்கினார். ஆனால் அவருக்குப் படுக்கை விரிப்புகளும் போர்வையும் வழங்கப்பட்டிருந்தன. என் வீரர்கள் அவரை ஒழுங்காகக் கவனித்துக் கொண்டார்களா என்று பார்ப்பதற்காக நான் தினமும் ஒரு முறை அவரைச் சந்திப்பேன். ஆனால், சதாம் உசேன் தன்னுடைய படுக்கையை மடித்து வைக்காமல் இருந்ததை நான் கவனித்து வந்தேன். அவருடைய போர்வை, பெரும்பாலான நேரங்களில் அவருடைய கட்டிலின் கால்மாட்டில் கசங்கிக் கிடக்கும். ஆனால் அதை ஒழுங்குபடுத்துவதற்கு அவர் எந்த ஆர்வமும் காட்டவில்லை. அதைத் தொடர்ந்து வந்த பத்தாண்டுகளில், இந்த நாடு உருவாக்கியிருந்த தலைசிறந்த ஆண்களையும் பெண்களையும் சந்திக்கும் கௌரவம் எனக்குக் கிடைத்திருந்தது. அவர்களில் தளபதிகளிலிருந்து சிப்பாய்வரை, அட்மிரல்களிலிருந்து பயிற்சி வீரர்கள்வரை, அரசுத் தூதுவர்களிலிருந்து, தட்டச்சு செய்பவர்கள்வரை சகலரும் அடங்குவர். அமெரிக்காவின் போர் முயற்சிகளுக்கு ஆதரவளிப்பதற்காக வெளிநாடுகளுக்குச் செல்லுமாறு பணிக்கப்பட்ட அமெரிக்கர்கள், அமெரிக்காவைப் பாதுகாப்பதற்காக மனமுவந்து பல தியாகங்களைச் செய்ய முன்வந்தனர்.

வாழ்க்கை கடினமானது என்பதையும், சில நேரங்களில் உங்களுடைய நாளின் விளைவுகள்மீது உங்களால் எந்தத் தாக்கமும் ஏற்படுத்த முடியாது என்பதையும் அவர்கள் அனைவரும் புரிந்து கொண்டிருந்தனர். போர்களில் வீரர்கள் வீரமரணம்

எய்துவர், குடும்பங்கள் துக்கம் அனுசரிக்கும், உங்களுடைய நாட்கள் நீளமாகவும் பதற்றக் கணங்களால் நிரம்பியும் இருக்கும். உங்களுக்கு ஆறுதலளிக்கின்ற ஒன்றை, உங்களுடைய நாளைத் துவக்குவதற்கு ஊக்கமளிக்கின்ற ஒன்றை, பெரும்பாலும் நயமற்றதாக இருக்கின்ற இந்த உலகில் பெருமித உணர்வுக்கு வழிவகுக்கின்ற ஒன்றை நீங்கள் தேடிக் கொண்டிருப்பீர்கள். அன்றாட வாழ்க்கைக்கும் இதே போன்ற ஓர் உறுதியான உணர்வு தேவை. நம்பிக்கை கொடுக்கின்ற ஆறுதல் மற்றும் வலிமையை வேறு எதுவொன்றாலும் இட்டு நிரப்ப முடியாது. சில நேரங்களில் காலையில் எழுந்தவுடன் உங்களுடைய படுக்கையை மடித்து வைக்கின்ற ஓர் எளிய செயல், உங்களுடைய நாளை ஊக்கமுடன் எடுத்துச் செல்வதற்கும், அந்த நாளைச் சரியான முறையில் நிறைவு செய்வதற்கும் போதுமானதாக இருக்கும்.

நீங்கள் உங்களுடைய வாழ்க்கையையும் இந்த உலகையும் மாற்ற விரும்பினால், உங்களுடைய படுக்கையை மடித்து வைப்பதிலிருந்து அதைத் துவக்குங்கள்!

அத்தியாயம் 2

எல்லாவற்றையும் உங்களால் தனியாகச் செய்ய முடியாது

நீங்கள் இந்த உலகை மாற்ற விரும்பினால் . . .

**உங்களுக்குத் துடுப்புப் போட
உதவுகின்ற ஒருவரைக்
கண்டுபிடியுங்கள்!**

நேவி சீல் பயிற்சியின் துவக்கத்திலேயே, குழுவாகச் சேர்ந்து இயங்குவதன் மதிப்பையும், கடுமையான பணிகளைச் செய்து முடிப்பதற்கு நமக்கு மற்றொரு நபரின் தேவையின் அவசியத்தையும் நான் உணர்ந்து கொண்டேன். கடற்படையில் திறமையான நீர்மூழ்கி வீரர்களாக ஆக வேண்டும் என்ற கனவுடன் இருந்த எங்களுக்கு, குழுவாகச் சேர்ந்து இயங்குவதன் முக்கியத்துவத்தை, பத்தடி நீளம் இருந்த ரப்பர் மிதவைப் படகு ஒன்று கற்றுக் கொடுத்தது.

எங்களுடைய பயிற்சியின் ஆரம்பக் கட்டத்தில், நாங்கள் எங்குச் சென்றாலும் அந்த மிதவையை எங்களுடன் எடுத்துச் செல்ல வேண்டும் என்பது எங்களுக்கு இடப்பட்டிருந்த உத்தரவு. நாங்கள் எங்களுடைய முகாமுக்குள் ஓடிக் கொண்டிருந்தாலும் சரி, நெடுஞ்சாலையில் ஓடிக் கொண்டிருந்தாலும் சரி, உணவுக்கூடத்திற்குச் சென்றாலும் சரி, அந்த மிதவையை நாங்கள் எங்களுடைய தலையில் தூக்கிக் கொண்டு திரிந்தோம். எங்களுடைய முகாமுக்கு அருகே இருந்த மணல்மேடுகளில் ஏறி இறங்குகையில் அந்த மிதவையை எங்களுடைய கைகளில் தாழ்வாகப் பிடித்தபடி ஓடினோம். கணக்கிலடங்காத முறை, எங்கள் குழுவிலிருந்த ஏழு பேரும், கடலில்

கடற்கரையை ஒட்டியும் பெரும் அலைகளுக்கு எதிராகவும் துடுப்புப் போட்டு எங்கள் இலக்கை நோக்கி அதைச் செலுத்தினோம்.

எங்களுடைய அந்த மிதவைப் படகின் பயணத்தின் ஊடாக நாங்கள் வேறு ஒன்றையும் கற்றுக் கொண்டோம். எப்போதாவது, எங்கள் குழுவிலிருந்த யாராவது ஒருவர், நோய்வாய்ப்பட்டிருந்த காரணத்தாலோ அல்லது காயம் அடைந்திருந்த காரணத்தாலோ தன்னுடைய 100 சதவீத ஆற்றலைக் கொடுக்க முடியாத நிலையில் இருப்பார். நாள் முழுவதும் நடைபெறுகின்ற பயிற்சியினால் களைப்படைந்த நிலையிலோ, காய்ச்சல் அல்லது சளித் தொற்றுக் காரணமாகவோ நான் அடிக்கடி பாதிக்கப்பட்டேன். அப்படிப்பட்ட நாட்களில் என் குழுவிலிருந்த மற்றவர்கள் என்னுடைய ஆற்றல் இழப்பை, அவர்களுடைய கூடுதல் உழைப்பின் மூலம் ஈடுகட்டினர். அவர்கள் அதிக வலிமையுடனும் ஆழமாகவும் துடுப்புப் போட்டனர். நான் வலுப் பெறுவதற்காக, தங்களுக்கு வழங்கப்பட்ட உணவை அவர்கள் எனக்குக் கொடுத்தனர். பின்னொரு நாளில் வேறு யாருக்கேனும் அதே நிலை ஏற்பட்டபோது, நான் அவர்களுக்கு அதேபோன்ற உதவியைச் செய்தேன். எந்தவொரு தனிநபராலும் அப்பயிற்சியைத் தனியாக வெற்றிகரமாகச் சமாளித்திருக்க முடியாது என்பதை அந்தக் குட்டிப் படகு எங்களுக்குப் புரிய வைத்தது. எப்படி ஒரு நேவி சீல் வீரரால் போர்க்களத்தில் தனியாகச் சண்டையிட்டு வெற்றிகரமாகத் திரும்ப முடியாதோ, அதேபோல

உங்களுடைய வாழ்க்கையில் கடினமான சூழல்களை எதிர்கொள்ள உங்களுக்குப் பிறருடைய உதவி கண்டிப்பாகத் தேவை.

* * *

இருபத்தைந்து ஆண்டுகளுக்குப் பிறகு, நான் அமெரிக்காவின் மேற்குக் கடற்கரையோரம் இருந்த மொத்த நேவி சீல் வீரர்களுக்குத் தலைமை தாங்கியபோதுதான், மற்ற எப்போதைக் காட்டிலும் எனக்குப் பிறருடைய உதவிக்கான தேவை அதிகமாக இருந்தது. நான் கொரனாடோவில் இருந்தபோது, கடற்படைச் சிறப்புப் போர்க் குழுவின் கொமடோராக இருந்தேன். கடற்படைக் கேப்டன் என்ற முறையில், நான் பல ஆண்டுகளாக உலகெங்கிலுமுள்ள எண்ணற்ற நேவி சீல் வீரர்களுக்குத் தலைமை தாங்கியுள்ளேன். ஒரு நாள், வழக்கமான பாராசூட் பயிற்சியில் நான் ஈடுபட்டிருந்தபோது, திடீரென்று ஓர் அசம்பாவிதம் ஏற்பட்டது.

எங்களுடைய சி–130 ஹெர்குலிஸ் விமானம், ஒரு பகல் வேளையில் 12,000 அடி உயரத்தில் பறந்து கொண்டிருந்தபோது, பாராசூட்டில் குதிப்பதற்காக நாங்கள் தயாராகிக் கொண்டிருந்தோம். விமானத்தின் பின் பகுதி வழியாகத் தெரிந்த கலிஃபோர்னிய நிலப்பகுதி ரம்மியமாகக் காட்சியளித்தது. வானத்தில் ஒரு சிறு மேகம்கூட இருக்கவில்லை. பசிபிக் கடல் அமைதியாக இருந்தது. அந்த உயரத்திலிருந்து பார்க்கின்றபோது,

ஒரு சில மைல்கள் தள்ளியிருந்த மெக்சிகோ எல்லையைக்கூட உங்களால் பார்க்க முடியும்.

எங்களுக்கு உத்தரவுகள் கொடுத்துக் கொண்டிருந்த வீரர், தயார் நிலையில் இருக்குமாறு எங்களிடம் உரத்தக் குரலில் கூறினார். அப்போது நான் விமானத்தின் பின் பகுதியிலிருந்த திறந்த கதவின் விளிம்பில் நின்று கொண்டிருந்தேன். எனக்கு நேர்க் கீழே வெகு ஆழத்திலிருந்த பூமியை என்னால் பார்க்க முடிந்தது. அந்தப் பயிற்றுவிப்பாளர், என் கண்களை நேருக்கு நேர் பார்த்தபடி, "குதியுங்கள்!" என்று கத்தினார். நான் என் கைகளை முன்னால் விரித்து, கால்களை என் முதுகுப்புறமாக லேசாக வளைத்தபடி பாய்ந்தேன். விமானத்திலிருந்து வெளிவந்த காற்று என்னை முன்னால் உந்தித் தள்ளியது. சிறிது தூரத்திற்குப் பிறகு நான் சமநிலைக்கு வந்தேன்.

நான் விரைவாக என்னுடைய உயரமானியைச் சோதித்தேன். நான் சுழன்று கொண்டிருக்காமல் இருப்பதை நான் உறுதி செய்து கொண்டேன். அடுத்து, என்னுடன் குதித்த வீரர்கள் எவரும் எனக்கு மிக அருகில் இல்லை என்பதை நான் உறுதி செய்து கொண்டேன். இருபது நொடிகளில் நான் சுமார் 5,000 அடி கீழே வந்திருந்தேன்.

திடீரென்று எனக்கு நேர்க் கீழே மற்றொரு வீரர் என் பாதையின் குறுக்காகத் தோன்றினார். அதனால் என்னால் கீழே இருந்த பூமியைச் சரிவரப் பார்க்க முடியவில்லை. நான் அவருக்கு நேர்

மேலே இருந்ததை அறியாமல், அவர் தன்னுடைய பாராசூட்டை விரிப்பதற்கான கயிற்றை இழுத்தார். படுவேகமாக விரியவிருந்த அவருடைய பாராசூட் குடையால் தாக்கப்பட்டுவிடாமல் இருப்பதற்காக, நான் சிறிது விலகிக் கொண்டு விரைவாகத் தலைகுப்புறப் பாய்ந்தேன். ஆனால் அதற்குள் காலம் கடந்துவிட்டிருந்தது.

கீழேயிருந்த வீரரின் பாராசூட் விரிந்து, மணிக்கு சுமார் 120 மைல் வேகத்தில் என்னைத் தாக்கியது. அந்தப் பாராசூட் குடையின் மேற்பகுதியிலிருந்து உருண்டு விழுந்து, கட்டுப்பாடு இல்லாமல், கிட்டத்தட்டச் சுயநினைவை இழந்த நிலையில் பூமியை நோக்கி நான் விசிறியடிக்கப்பட்டேன். ஒரு சில நொடிகளுக்குள் பல முறை சுழன்ற நான், மீண்டும் சமநிலையை அடையக் கடுமையாகப் போராடினேன். என்னால் என்னுடைய உயரமானியைப் பார்க்க முடியவில்லை என்பதால், நான் எத்தனை அடி கீழே விழுந்திருந்தேன் என்பது எனக்குத் தெரியவில்லை.

நான் உள்ளுணர்வுரீதியாகச் செயல்பட்டு, என்னுடைய பாராசூட்டை விரிக்கின்ற கயிற்றைப் பலமாக இழுத்தேன். ஆனால் வெளிப்பட்டப் பாராசூட்டின் கயிறு என் கால்களில் சிக்கிக் கொண்டது. இதற்கிடையே, நான் பூமியை நோக்கி வேகமாக உருண்டு கொண்டிருந்தேன். என் கால்களில் மாட்டியிருந்த கயிற்றை விடுவிக்க நான் மேற்கொண்ட முயற்சி, நிலைமையை இன்னும் மோசமாக்கியது. அரைகுறையாக விரிந்த

பாராசூட் என்னுடைய மற்றொரு காலையும் சுருட்டிக் கொண்டது.

என் கழுத்தை வளைத்துப் பார்த்தபோது, முழுமையாக விரிந்திருந்த முதன்மைப் பாராசூட்டிலிருந்து வெளிப்பட்டிருந்த ஒரு கயிறு என் ஒரு காலிலும் மற்றொரு கயிறு மறு காலிலும் நன்றாகச் சிக்கிக் கொண்டிருந்தது எனக்குத் தெரிந்தது.

என் கால்களில் சிக்கிக் கொண்டிருந்த கயிறுகளை விடுவிக்க நான் போராடிக் கொண்டிருக்கையில், என் பாராசூட் என் உடலிருந்து முழுமையாக விடுபடத் துவங்கியது. ஆனால் என் காலைச் சுற்றிக் கொண்டிருந்த கயிறுகள் அப்படியே இருந்தன. என் கால்களைப் பார்த்தபோது, அடுத்து என்ன நடக்கவிருந்தது என்பது எனக்குப் புரிந்தது.

ஒரு சில நொடிகளுக்குள் பாராசூட்டின் குடைக்குள் காற்று புகுந்துவிட்டது. இரண்டு கயிறுகளும் கடும் வேகத்துடன் என்னுடைய கால்களைத் தனித்தனியாக இழுக்கத் துவங்கின. என் இடுப்புப் பகுதி என் உடலிலிருந்து கழன்றது. என் இடுப்பை என் உடலுடன் பிணைத்திருந்த நூற்றுக்கணக்கான சிறிய தசைகள் பிய்யத் தொடங்கின.

நான் வலியில் படுபயங்கரமாக அலறினேன். அச்சத்தம் நிச்சயமாக மெக்சிகோவரை கேட்டிருக்கும். வலி என் உடலெங்கும் பரவியது.

என் உடலின் மேற்பகுதியும் பாதிக்கப்பட்டதால் வலி என் கைகளுக்கும் பரவியது. நான் பயங்கரமாகக் கத்திக் கொண்டிருந்ததை நான் உணர்ந்தபோதிலும், வலி பயங்கரமாக இருந்ததால், நான் முயன்றும் என்னால் என் கத்தலை அடக்க முடியவில்லை.

அப்போதும் நான் வேகமாகவும் தலைகீழாகவும் பூமியை நோக்கி வீசியெறியப்பட்டுக் கொண்டிருந்தேன். நான் எப்படியோ என்னை நிமிர்ந்த நிலைக்குக் கொண்டு வந்தேன். அது என்னுடைய வலியைச் சிறிது குறைத்தது.

இப்போது நான் 1,500 அடி உயரத்தில் இருந்தேன்.

பாராசூட் விரிவதற்கு முன்பு நான் 4,000 அடி கீழே விழுந்திருந்தேன். எனக்கு ஒரு நல்ல செய்தியும் ஒரு மோசமான செய்தியும் ஒருசேரக் காத்திருந்தன. நல்ல செய்தி: என் தலைக்கு மேலாகப் பாராசூட் முழுமையாக விரிந்திருந்தது. மோசமான செய்தி: என் உடல் இரு கூறுகளாகப் பிரிந்திருந்தது.

நான் எங்கு இறங்கத் திட்டமிட்டிருந்தேனோ, அங்கிருந்து சுமார் இரண்டு மைல்கள் தள்ளி நான் தரையிறங்கினேன். ஒரு சில நிமிடங்களுக்குள், கீழே இருந்த குழுவினரும் ஓர் அவசர ஊர்தியும் அங்கு வந்தடைந்தன. உடனடியாக நான் சான்டியாகோவில் இருந்த மருத்துவமனைக்கு அழைத்துச் செல்லப்பட்டேன். அன்றே எனக்கு அறுவை சிகிச்சை மேற்கொள்ளப்பட்டது. அந்த

விபத்து என்னுடைய இடுப்பைக் கிட்டத்தட்ட ஐந்து அங்குலம் என் உடலிலிருந்து பிய்த்திருந்தது. என் வயிற்றுப் பகுதித் தசைகள் என் இடுப்பு எலும்பிலிருந்து கழன்று வந்திருந்தன. என் முதுகுப் பகுதி மற்றும் கால் பகுதியிலிருந்த தசைகளும் கடுமையாகப் பாதிக்கப்பட்டிருந்தன. ஒரு பெரிய டைட்டானியத் தகடு என் இடுப்புப் பகுதியில் பொருத்தப்பட்டது. முதுகின் ஸ்திரத்தன்மையைப் பாதுகாப்பதற்காக ஒரு நீண்ட ஸ்குரூ என் தோள்பட்டையில் துளையிடப்பட்டுப் பொருத்தப்பட்டது.

இத்துடன் என் இராணுவப் பணி நிறைவுக்கு வந்துவிட்டது என்று நான் எண்ணினேன். செயல்பட்டுக் கொண்டிருக்கின்ற ஒரு நேவி சீல் வீரராக நீங்கள் இருக்க வேண்டும் என்றால், நீங்கள் உடற்தகுதியுடன் இருக்க வேண்டியது கட்டாயமாகும். என் காயங்களிலிருந்து மீள்வதற்கு எனக்குப் பல மாதங்கள் பிடிக்கலாம். ஏன், பல ஆண்டுகள்கூடப் பிடிக்கலாம். நான் தேறியவுடன் என் உடற்தகுதியை எடைபோடுவதற்கு, கடற்படை, ஆய்வுகளையும் சோதனைகளையும் மேற்கொள்ளும். நான் மருத்துவமனையில் ஏழு நாட்கள் இருந்தேன். ஆனால் வீட்டில் அடுத்த இரண்டு மாதங்களுக்குப் படுத்தப் படுக்கையாக இருந்தேன்.

என் வாழ்க்கை முழுவதும் நான் வீழ்த்தப்பட முடியாதவன் என்ற இறுமாப்பு எனக்கு இருந்தது. நான் கட்டிக் காத்த என் உடற்தகுதி ஆபத்தான

சூழல்களிலிருந்தும் என்னைக் காப்பாற்றும் என்று நான் நம்பினேன். இதுவரை என் கணக்குச் சரியாகவே இருந்து வந்திருந்தது. என் இராணுவப் பணியில் இதற்கு முன்பு பல முறை என்னை மரணத்திற்கு அருகே கொண்டு சென்ற பல சம்பவங்களை நான் எதிர்கொண்டிருந்தேன்: முன்பும் ஒரு முறை நான் ஒரு பாராசூட் விபத்தில் சிக்கியிருந்தேன்; ஒரு முறை நான் ஒரு குட்டி நீர்மூழ்கிக் கப்பலில் இருந்தபோது அது கட்டுப்பாட்டை இழந்து தறிகெட்டு ஓடியது: கடலுக்கு நடுவே இருக்கின்ற, எண்ணெய் தோண்டுகின்ற இடத்திற்குச் சென்றபோது, நான் கிட்டத்தட்டப் பல நூறு அடிகள் கீழே விழ இருந்தவன் கடைசி நிமிடத்தில் தப்பித்திருந்தேன்; கடலில் மூழ்கிக் கொண்டிருந்த ஒரு கப்பலுக்கு அடியில் ஒரு முறை நான் மாட்டியிருந்தேன்; நாங்கள் வைத்திருந்த வெடிகுண்டு நாங்கள் எதிர்பார்த்திருந்த நேரத்திற்கு முன்பாகவே வெடித்தபோது, நான் எப்படியோ தப்பினேன். இப்படி எண்ணற்ற முறை நான் மயிரிழையில் உயிர் தப்பியிருந்தேன். அப்படிப்பட்டச் சம்பவங்களில் ஒவ்வொரு முறையும் நான் சரியான தீர்மானங்களை எடுத்திருந்தேன், என் உடற்தகுதியின் காரணமாக அச்சூழ்நிலைகளிலிருந்து நான் வெற்றிகரமாக மீண்டேன். ஆனால் இம்முறை அப்படி நிகழவில்லை.

நான் படுக்கையில் படுத்திருந்தபோது, நான் சுயபச்சாதாபத்தில் மூழ்கினேன். நல்லவேளையாக அது நீண்ட நாட்கள் நீடிக்கவில்லை. என்

மனைவி ஜார்ஜீனுக்குச் செவிலிப் பணி தெரியும். அவர் என்னைச் சுத்தம் செய்தார், எனக்கு மருந்து மாத்திரைகளைக் கொடுத்தார், மற்றும் பிற பணிவிடைகளை மேற்கொண்டார். எல்லாவற்றுக்கும் மேலாக, நான் யார் என்பதை அவர் எனக்கு நினைவுபடுத்திக் கொண்டே இருந்தார். நான் அதுவரை என் வாழ்க்கையில் எதிலிருந்தும் பின்வாங்கியதில்லை. இப்போது நான் அப்பழக்கத்தைத் துவக்கக்கூடாது என்பதில் அவர் உறுதியாக இருந்தார். நான் சுயபச்சாதாபம் கொள்வதை அவர் அனுமதிக்க மறுத்தார். அவர் அதில் கறாராக இருந்தார். இப்படிப்பட்டக் கண்டிப்பான அன்புதான் எனக்குத் தேவைப்பட்டது. நாட்கள் செல்லச் செல்ல நான் மேம்பட்டேன்.

என் நண்பர்கள் அடிக்கடி வந்து என்னைப் பார்த்துச் சென்றனர், தொலைபேசியில் தொடர்பு கொண்டனர், தங்களால் முடிந்த அனைத்து உதவிகளையும் செய்தனர். என்னுடைய மேலதிகாரியான அட்மிரல் எரிக் வோல்சன், தன் அதிகாரத்தைப் பயன்படுத்தி, என்னுடைய உடற்பரிசோதனை நிபந்தனையை ரத்து செய்தார். அவருடைய ஆதரவு என்னுடைய இராணுவ வேலையைக் காப்பாற்றியது.

நான் என்னுடைய நேவி சீல் குழுவில் இருந்தபோது, எண்ணற்றப் பின்னடைவுகளைச் சந்தித்திருந்தேன். ஒவ்வொரு முறையும் எனக்கு உதவ யாராவது ஒருவர் தாங்களாகவே முன்வந்திருந்தனர்: என்

திறமையில் நம்பிக்கை வைத்திருந்த யாரோ ஒருவர் எனக்கு உதவினார்; என் பணி தொடர்வதற்காகத் தங்களுடைய தொழில்வாழ்க்கையைச் சிலர் பணயம் வைத்திருந்தனர். நான் அவர்களை ஒருபோதும் மறக்கவில்லை. என் வாழ்க்கையில் நான் எதையாவது சாதித்திருந்தேன் என்றால், அதற்கு என் பயணத்தில் எனக்கு எண்ணற்றோர் உதவியிருந்ததுதான் காரணம்.

வாழ்க்கையின் சோக நிகழ்வுகளிலிருந்து நாம் தப்பித்துக் கொள்வோம் என்பதற்கு எந்த உத்தரவாதமும் கிடையாது. நீங்கள் உங்களுடைய இலக்கை வெற்றிகரமாக அடைய, சில நல்ல மனிதர்கள் அடங்கிய ஒரு குழு உங்களுக்குத் தேவை. உங்களுடைய வாழ்க்கைப் படகை நீங்கள் தனியொருவராகத் துடுப்புப் போட்டு ஓட்டிக் கொண்டிருக்க முடியாது. உங்களுடைய வாழ்க்கையைப் பங்கு போட்டுக் கொள்ள ஒருவரைக் கண்டுபிடியுங்கள். முடிந்த அளவு நண்பர்களைச் சம்பாதித்துக் கொள்ளுங்கள். உங்களுடைய வெற்றி பிறரைச் சார்ந்துள்ளது என்பதை ஒருபோதும் மறக்காதீர்கள்.

அத்தியாயம் 3

உங்களுடைய இதயத்தின் அளவு மட்டும்தான் முக்கியம்

நீங்கள் இந்த உலகை மாற்ற விரும்பினால் . . .

பிறரை அவர்களுடைய இதயத்தின்
அளவை வைத்து எடைபோடுங்கள்!

நான் கடற்கரையை நோக்கி ஓடிக் கொண்டிருந்தேன். என் வலது கக்கத்தில், துடுப்புப்போல நீண்டிருந்த காலணிகளை இடுக்கிக் கொண்டிருந்தேன்; இடது கையில், கண்களில் நீர் புகாமல் இருப்பதற்காக அணியப்படுகின்ற முகக் கவசத்தை வைத்திருந்தேன். கையில் வைத்திருந்த துடுப்புக் காலணிகளை மணலின்மீது வைத்தேன். எனக்கு இரு புறங்களிலும் பிற மாணவர்கள் நின்று கொண்டிருந்தனர். பச்சை நிற டிஷர்ட், பழுப்பு நிற நீச்சல் குறுங்காற்சட்டை, நியோபிரின் காலணிகள், ஒரு சிறிய மிதவைச் சட்டை ஆகியவற்றை நாங்கள் அணிந்திருந்தோம். தினமும் காலையில் நாங்கள் மேற்கொண்ட இரண்டு மைல் தூர நீச்சல் பயிற்சிக்காக நாங்கள் அங்கு அணிவகுத்து நின்றோம்.

எங்கள் வசமிருந்த மிதவைச் சட்டை, நாங்கள் அதிலுள்ள ஒரு கயிற்றை இழுத்தால், அதற்குள் காற்றுப் புகுந்து உப்பிக் கொள்ளும் விதத்தில் வடிவமைக்கப்பட்டிருந்தது. மாணவர்கள் மத்தியில், மிதவைச் சட்டையைப் பயன்படுத்துவது என்பது ஓர் அவமானகரமான காரியமாகப் பார்க்கப்பட்டது. ஆனாலும், நீச்சல் பயிற்சிக்கு முன்பாக, நேவி சீல் பயிற்றுவிப்பாளர்கள், ஒவ்வொரு மிதவைச் சட்டையையும் பரிசோதிக்க வேண்டும் என்பது

கட்டாயமாக்கப்பட்டிருந்தது. எங்களை மேலும் வறுத்தெடுக்க, பயிற்றுவிப்பாளர்களுக்கு இந்தச் சோதனை ஒரு வரப்பிரசாதமாக அமைந்துவிட்டது.

அன்றைய தினம் கொரனாடோ கடலில் அலைகள் சுமார் எட்டடி உயரம் எழுந்தன. அந்த அலைகள் மூன்று மூன்றாக வந்து கடற்கரையில் பெரும் சத்தத்துடன் மோதி, எங்களுடைய இதயத்தை இன்னும் வேகமாகத் துடிக்க வைத்தன. எங்களை ஒவ்வொருவராகப் பரிசோதித்துக் கொண்டிருந்த பயிற்றுவிப்பாளர், எனக்கு வலது பக்கம் இருந்தவர் பக்கம் வந்து நின்றார். அந்தக் கடற்படை வீரர் புதியவர். அவர் ஐந்தடி நான்கு அங்குல உயரம் இருந்தார். வியட்நாம் போரில் பங்கு பெற்றிருந்த எங்களுடைய பயிற்றுவிப்பாளர் ஆஜானுபாகுவாக ஆறடி இரண்டு அங்குல உயரம் இருந்தார்.

அந்த மாணவரின் மிதவைச் சட்டையைப் பரிசோதித்தப் பிறகு, அந்தப் பயிற்றுவிப்பாளர், சீறிக் கொண்டிருந்த கடலை ஒரு கணம் உற்றுப் பார்த்துவிட்டு அந்த மாணவருடைய துடுப்புக் காலணிகளைக் கையில் எடுத்தார். அவற்றை அந்த மாணவரின் முகத்துக்கு நேராக நீட்டி, “நீ உண்மையிலேயே ஒரு கடற்படை நீர்மூழ்கி வீரராக ஆக விரும்புகிறாயா?” என்று கேட்டார்.

அதைக் கேட்ட அந்தக் கடற்படை வீரர், நெஞ்சை நிமிர்த்தி, பயிற்றுவிப்பாளருக்குச் சவால் விடுகின்ற விதத்தில் அவரைப் பார்த்துவிட்டு, “ஆமாம், கண்டிப்பாக!” என்று உரத்தக் குரலில் கூறினார்.

அப்பயிற்றுவிப்பாளர் அந்த மாணவருடைய மிதவைக் காலணிகளை அவருடைய முகத்திற்கு நேராக ஆட்டியபடி, “நீ உருவத்தில் மிகவும் சிறியவனாக இருக்கிறாய். அந்த அலைகள் உன்னை இரண்டாக முறித்துப் போட்டுவிடும்,” என்று கூறிவிட்டுச் சிறிது நிறுத்தினார். பிறகு அவர் மீண்டும் தன் கண்களை அலைகளின் பக்கம் ஓட்டினார். “நீ காயப்படுவதற்கு முன்பாகவே இதிலிருந்து விலகிவிடுவது பற்றி யோசிப்பது நல்லது.”

நான் ஓரக்கண்ணால் பார்த்தபோது அந்த மாணவரின் தாடை இறுகியதை என்னால் காண முடிந்தது.

அவர், “எக்காரணம் கொண்டும் நான் விலக மாட்டேன்,” என்று ஒவ்வொரு வார்த்தையையும் நிறுத்தி நிதானமாகச் சொன்னார். அதற்கு அந்தப் பயிற்றுவிப்பாளர், குனிந்து அந்த மாணவரின் காதில் எதையோ கிசுகிசுத்தார். அவர் கூறிய வார்த்தைகள் அலைகளின் சத்தத்தில் என் காதில் விழவில்லை.

எங்கள் அனைவரையும் பரிசோதித்தப் பிறகு, கடலுக்குள் செல்லுமாறு அந்தப் பயிற்றுவிப்பாளர் எங்களுக்கு உத்தரவிட்டார். நாங்கள் கடலில் குதித்து நீந்தத் துவங்கினோம். ஒரு மணி நேரம் கழித்து நான் கரையேறியபோது, அந்தப் புதிய மாணவர் கடற்கரை மணலில் நின்று கொண்டிருந்தார். அந்தப் பயிற்சியை முதலில்

முடித்திருந்த மாணவர்களில் அவரும் ஒருவராக இருந்தார். அன்று மதியம் நான் அந்த மாணவரை அணுகி, அந்தப் பயிற்றுவிப்பாளர் அவருடைய காதில் என்ன கிசுகிசுத்தார் என்று கேட்டேன். அவருடைய முகத்தில் புன்னகையும் பெருமையும் தாண்டவமாட, " 'நான் கூறியது தவறு என்று நிரூபித்துக் காட்டு!' என்று அவர் கூறினார்," என்று அம்மாணவர் பதிலளித்தார்.

நேவி சீல் பயிற்சி என்பது எப்போதும் எதையாவது நிரூபிப்பதைப் பற்றியதே. உயரம் முக்கியமல்ல என்று நிரூபிப்பது; உங்களுடைய தோலின் நிறம் முக்கியமல்ல என்று நிரூபிப்பது; பணம் உங்களை மேம்பட்டவராக ஆக்காது என்று நிரூபிப்பது; திறமையைவிட மன உறுதிதான் எப்போதும் முக்கியமானது என்று நிரூபிப்பது. அதிர்ஷ்டவசமாக, அந்தப் படிப்பினையை நான் நேவி சீல் பயிற்சிக்கு ஓராண்டுக்கு முன்பாகவே பெற்றிருந்தேன்.

* * *

அன்று நான் சான்டியாகோவில் ஒரு பேருந்தில் ஏறியபோது மிகவும் உற்சாகமாக இருந்தேன். ஏனெனில், நான் கொரனாடோவிலிருந்த நேவி சீல் பயிற்சி வளாகத்தைப் பார்வையிடச் சென்று கொண்டிருந்தேன். அப்போது நான் கல்லூரியில் படித்துக் கொண்டே அமெரிக்கக் கடற்படை ரிசர்வ் அதிகாரிகள் பயிற்சிப் படையிலும் சேர்ந்து ஒரு கப்பற்படை அதிகாரியாக ஆவதற்குப்

பயிற்சியெடுத்துக் கொண்டிருந்தேன். எல்லாம் சுமூகமாக நடைபெற்றால், மறு ஆண்டு நான் கடற்படையில் சேர்த்துக் கொள்ளப்படுவேன். அப்படி நிகழ்ந்தால், நேவி சீல் பயிற்சி பெறுவதற்கு நான் திட்டமிட்டிருந்தேன். அது கோடை விடுமுறைக்காலம் என்பதால், ஒரு கப்பலில் பயிற்சியெடுத்துக் கொண்டிருந்த நான் என்னுடைய பயிற்றுவிப்பாளரிடம் அனுமதி வாங்கிக் கொண்டு இந்த வளாகத்தைப் பார்வையிடுவதற்காக இங்கு வந்தேன்.

பேருந்து நிறுத்தத்தில் இறங்கி, சுமார் ஒரு மைல் தூரம் நடந்து வந்து நான் அந்த இடத்தை அடைந்தேன். வழியில், பயிற்சி வீரர்களுக்கான குடியிருப்புகள் பலவற்றையும் வேறு சில கடற்படை அலுவலகங்களையும் நான் கடந்து சென்றேன். கடற்படை நீர்மூழ்கி வீரர்களுக்கான பயிற்சி மையத்தையும் நான் கடந்து சென்றேன். கடந்தகாலத்தில், ஐவோ ஜிமா, தாராவா, குவாம், இன்சோன் ஆகிய இடங்களில் நடைபெற்றிருந்த வீரமிக்கப் போர்களில் இந்தக் கடற்படை வீரர்களின் முந்தைய தலைமுறையினர்தாம் கடற்கரையில் இறங்கி எதிரிகளை ஒழித்துக் கட்டியிருந்தனர். என் இதயம் சற்று வேகமாகத் துடிக்கத் துவங்கியது. இன்னும் ஓராண்டு கழித்து நான் இந்த இடத்தில் இருக்கத்தான் மிகவும் ஆவலாக இருந்தேன்.

இறுதியாக நான் அந்தக் கடற்கரையிலிருந்த கடைசி அரசாங்கக் கட்டடத்தை அடைந்தேன்.

அங்கிருந்த பலகை ஒன்றில் 'கடலடித் தகர்ப்பு சீல் பயிற்சி மையம்' என்று எழுதப்பட்டிருந்தது. அக்கட்டடத்தின் வாசலில் இரண்டு பயிற்றுவிப்பாளர்கள் நின்று கொண்டிருந்தனர். அவர்களைச் சுற்றித் தேசிய மாணவர் படையைச் சேர்ந்த சில உயர்நிலைப் பள்ளி மாணவர்கள் நின்று கொண்டிருந்தனர். அந்தப் பயிற்றுவிப்பாளர்களில் ஒருவர் டிக் ரே என்ற அதிகாரி. ஆறடி மூன்று அங்குல உயரமிருந்த அவர், பரந்து விரிந்த தோள்களையும் ஒடுங்கிய இடுப்பையும் கொண்டிருந்தார். அவருடைய முகத்தை, ஒரு பென்சிலால் வரைந்தது போன்ற ஒரு மீசை அலங்கரித்துக் கொண்டிருந்தது. அவருக்கு அருகே இருந்த அதிகாரியின் பெயர் ஜீன் வென்ஸ். அவரும் ஆறடி உயரத்தில் வாட்டசாட்டமாக இருந்தார்.

அந்த மாணவர்கள் அந்தக் கட்டடத்திற்குள் அழைத்துச் செல்லப்பட்டனர். நான் அந்தக் கட்டடத்தின் வரவேற்பறைக்குள் நுழைந்து அங்கிருந்த ஓர் இளம் வீரரிடம் என் கதையைக் கூறினேன். நான் டெக்சாஸ் பல்கலைக்கழகத்தில் படித்துக் கொண்டிருந்ததாகவும், நேவி சீல் பயிற்றுவிப்பாளர்களில் யாராவது ஒருவருடன் பேச விரும்பியதாகவும் நான் அவரிடம் தெரிவித்தேன். சில நிமிடங்கள் அங்கிருந்து வேறு எங்கோ போய்விட்டுத் திரும்பிய அந்த வீரர், இன்னும் ஒரு சில நிமிடங்களில் டக் ஹுத் என்ற அதிகாரி என்னைச் சந்திப்பார் என்று தெரிவித்தார்.

நான் காத்துக் கொண்டிருந்த நேரத்தில், அந்த

அறையின் சுவர்களில் மாட்டப்பட்டிருந்த படங்களை நான் பார்த்துக் கொண்டிருந்தேன். அவை வியட்நாம் போரில் பங்கேற்ற நேவி சீல் வீரர்களின் புகைப்படங்கள். ஒரு படத்தில், சீல் வீரர்கள், மீகாங் ஆற்று முகத்துவாரத்தில் இடுப்பளவுச் சகதியிலிருந்து வெளியே வந்து கொண்டிருந்தனர்; மற்றொன்றில், இரவுப் பணி முடிந்து திரும்பிய நேவி சீல் வீரர்களின் குழு ஒன்று உருமறைப்பு ஆடைகளில் இருந்தனர்; இன்னொன்றில் துப்பாக்கிகள் சகிதம் நேவி சீல் வீரர்களின் குழு ஒன்று ஒரு காட்டுப் பகுதியை நோக்கி ஒரு விரைவுப் படகில் விரைந்து கொண்டிருந்தது.

அந்த அறையின் மற்றொரு புறத்தில் என்னைப்போலவே மற்றொருவரும் சுவரில் மாட்டப்பட்டிருந்த புகைப்படங்களைப் பார்த்துக் கொண்டிருந்ததை நான் கவனித்தேன். அவர் இராணுவச் சீருடையில் இருக்கவில்லை. அவர் சுமாரான உயரத்தில் மிகவும் ஒல்லியாக இருந்தார். அவருடைய தலைமுடி அவருடைய காதுகளுக்குக் கீழே வரை தொங்கிக் கொண்டிருந்தது. அவர் அந்தப் புகைப்படங்களைப் பிரமிப்புடன் பார்த்துக் கொண்டிருந்தார். அவர் தன்னை ஒரு நேவி சீலாகப் பாவித்து அதைப் பார்த்துக் கொண்டிருந்திருக்கலாம் என்று நான் எண்ணினேன். அவர் உண்மையிலேயே தான் அதற்குத் தகுதியானவர் என்று நினைத்தாரா? சிறிய உருவத்தைக் கொண்டிருந்த அவர், மிகவும் கனமான முதுகுப் பையைத் தூக்கிக் கொண்டு

தன்னால் நடக்க முடியும் என்று நம்பினாரா? அந்த மையத்தின் முன்வாசலில் நின்று கொண்டிருந்த இரண்டு பயிற்றுவிப்பாளர்களை அவர் பார்க்கவில்லையா? அவர் நேவி சீல் வீரராகப் பயிற்சியெடுப்பது நல்லது என்று யாரோ அவரைத் தவறாக வழிநடத்தியிருக்க வேண்டும் என்று நான் நினைத்தேன்.

ஒரு சில நிமிடங்கள் கழித்து, லெப்டினன்ட் ஹூத் அமர்ந்திருந்த அறைக்கு நான் அழைத்துச் செல்லப்பட்டேன். நேவி சீல் வீரர்களின் ஆட்சேர்ப்பு விளம்பரங்களில் தோன்றுவதற்கு ஏற்றக் கச்சிதமான ஆணழகன் தோற்றத்தை அவர் கொண்டிருந்தார். அவர் உயரமாகவும் நல்ல உடற்கட்டுடனும் இருந்தார். அவர் தன்னுடைய கடற்படைச் சீருடையை நேர்த்தியாக அணிந்திருந்தார்.

நான் அவருடைய மேசை அருகே போடப்பட்டிருந்த நாற்காலியில் அமர்ந்தேன். நேவி சீல் வீரர்களுக்கு அளிக்கப்படுகின்ற பயிற்சி மற்றும அதன் தீவிரத்தன்மை குறித்து அவர் எடுத்துரைத்தார். ஹூத் தன்னுடைய வியட்நாம் அனுபவத்தை என்னுடன் பகிர்ந்து கொண்டார். நான் வெற்றிகரமாக நேவி சீல் பயிற்சியை முடித்தால் என் கடற்படை வாழ்க்கை எப்படியிருக்கும் என்பதையும் அவர் விளக்கினார். நான் ஓரக்கண்ணால் பார்த்தபோது, நான் முன்பு பார்த்திருந்த நபர் இன்னும் அந்தப் புகைப்படங்களைப் பார்த்துக் கொண்டிருந்தார். ஒருவேளை அவரும் என்னைப்போலவே நேவி

சீல் வீரர்களைப் பற்றி அறிந்து கொள்வதற்காக ஹூத்துக்காகக் காத்துக் கொண்டிருக்கலாம் என்று நான் எண்ணினேன். அந்த மனிதரோடு ஒப்பிடுகையில் நான் வலுவானவனாக இருந்தது குறித்தும் நேவி சீல் பயிற்சிக்கு அவரைவிட அதிகத் தகுதியானவனாக இருந்தது குறித்தும் நான் பெருமை கொண்டேன்.

திடீரென்று ஹூத் எங்களுடைய உரையாடலைப் பாதியில் நிறுத்திவிட்டு, நான் மேலே குறிப்பிட்ட நபரை உரத்தக் குரலில் அழைத்தார். பின் அந்த மனிதரைத் தன்னை நோக்கி வருமாறு சைகை காட்டினார். அதனால் நான் என் நாற்காலியைவிட்டு எழுந்தேன்.

ஹூத் எழுந்து நின்று அந்த மனிதரைக் கட்டியணைத்தார். பிறகு என்னிடம், “இவர் பெயர் டாமி நோரிஸ். வியட்நாம் போரில் கொடுக்கப்பட்டக் கடைசி ‘மெடல் ஆஃப் ஹானர்’ விருதைப் பெற்ற நேவி சீல் இவர். அந்த அறிமுகப் புகழுரையைக் கேட்டுச் சிறிது வெட்கப்பட்டு டாமி சிரித்தார். நேவி சீல் பயிற்சியில் தேற மாட்டார் என்று நான் முடிவு கட்டியிருந்த, சிறிய உருவத்திற்குச் சொந்தக்காரராக இருந்த டாமி ஒரு கடற்படை லெப்டினன்ட். அவர் வியட்நாமில் பணிபுரிந்தபோது, தொடர்ச்சியாக இரண்டு இரவுகள் எதிரிகளின் பகுதிக்குள் சென்று, சுட்டு வீழ்த்தப்பட்டிருந்த இரண்டு விமானிகளைக் காப்பாற்றி அழைத்து வந்திருந்தார். இன்னொரு சண்டையின்போது, டாமி எதிரிகளால்

சுடப்பட்டார். அவர் இறந்துவிட்டதாகக் கருதி எதிரி வீரர்கள் சென்றுவிட்டனர். மைக் தோர்ன்டன் என்ற ஓர் அதிகாரி, டாமி சென்றதுபோல எதிரிகளின் பகுதிக்குள் சென்று டாமியைக் காப்பாற்றி அழைத்து வந்தார். அதற்காக மைக் விருது பெற்றது தனிக் கதை. டாமி படுகாயங்களிலிருந்து மெதுவாக மீண்டு வந்த பிறகு, எஃப்பிஐ அவரை வேலைக்கு எடுத்துக் கொண்டது. எஃப்பிஐ முதன்முதலாக உருவாக்கிய பிணைக்கைதிகள் மீட்புக் குழுவின் ஓர் அங்கமாக அவர் செயல்பட்டார். பார்ப்பதற்கு மிகவும் எளிமையாகக் காட்சியளித்த அந்த மனிதர், நேவி சீல் வீரர்களின் வீர வரலாற்றில் இடம் பெற்றிருந்த மிகவும் உறுதியான ஒருவராக இருந்திருக்கிறார்.

1969 இல் நேவி சீல் பயிற்சியிலிருந்து அவர் கிட்டத்தட்ட வெளியேற்றப்பட்டிருந்தார். அவருடைய உருவம் சிறியதாக இருந்தது, அவர் மிகவும் ஒல்லியாக இருந்தார், அவருக்குப் பலம் போதாது என்று பயிற்றுவிப்பாளர்கள் கூறினர். என் குழுவில் இடம் பெற்றிருந்த அந்த இளம் வீரரைப்போலவே, டாமியும், அவர்களுடைய கணிப்புத் தவறு என்று நிரூபித்தார். உங்களுடைய காலணிகளின் அளவு முக்கியமல்ல, உங்களுடைய இதயத்தின் அளவுதான் முக்கியம் என்பதை அவர் அவர்களுக்கு உணர்த்தினார்.

அத்தியாயம் 4

வாழ்க்கை நியாயமற்றதாக இருந்தாலும் அதை அலட்சியம் செய்துவிட்டு முன்னே செல்லுங்கள்

நீங்கள் இந்த உலகை மாற்ற விரும்பினால் . . .

ஒரு 'சீனி பிஸ்கெட்'டாக ஆனது குறித்துப் புலம்பிக் கொண்டிருக்காமல் முன்னே செல்லுங்கள்!

நான் அந்த மணற்குன்றின் உச்சியை அடைந்த பிறகும் தொடர்ந்து ஓடினேன். அதற்கு மறுபுறம் பசிபிக் பெருங்கடல் இருந்ததை நான் அறிவேன். அதே வேகத்தில் நேராகச் சென்று நீருக்குள் விழுந்தேன். அப்போது நான் என்னுடைய பச்சை நிறச் சீருடையும் ஒரு தொப்பியும் காலணிகளும் அணிந்திருந்தேன்.

நான் அந்த நீரிலிருந்து வெளியே வந்தபோது தொப்பலாக நனைந்திருந்தேன். அந்த மணற்குன்றின் உச்சியில் ஒரு பயிற்றுவிப்பாளர் நின்று கொண்டிருந்ததை நான் பார்த்தேன். தன் நெஞ்சுக்குக் குறுக்கே தன் கைகளைக் கட்டிக் கொண்டு தீர்க்கமான பார்வையுடன் இருந்த அவர், என்னை நோக்கி, “மேக், என்ன செய்ய வேண்டும் என்பது உனக்குத் தெரியும்தானே?” என்று சத்தமாகக் கேட்டார்.

அது எனக்குத் தெரியும் என்பது உண்மைதான்.

என் குரலில் ஒரு போலியான உற்சாகத்தை வரவழைத்துக் கொண்டு நான் அவரை நோக்கி, “ஹூயா!” என்று உரத்த குரலில் கத்தினேன். பின் நான் அந்த மென்மையான மணலில் அப்படியே விழுந்து புரண்டேன். என் சீருடையின் அனைத்துப் பகுதிகளிலும் மணல் ஒட்டிக் கொண்டிருந்ததை

உறுதி செய்து கொண்ட பிறகு நான் எழுந்தேன். ஏதாவது பகுதி விட்டுப் போயிருந்தால் பிரச்சனை என்று எண்ணி ஒரு கை நிறைய மணலை எடுத்து என் மீது தூவிக் கொண்டேன்.

அன்று காலையில் நான் உடற்பயிற்சியில் ஈடுபட்டிருந்தபோது, நேவி சீல் பயிற்சி விதிகளில் ஏதோ ஒன்றை நான் மீறியிருந்தேன். அதற்கான தண்டனைதான் நான் சற்று முன் விவரித்தது. அதை நாங்கள் வேடிக்கையாகச் 'சீனி பிஸ்கெட்' என்று அழைத்தோம் என்று முந்தைய அத்தியாயம் ஒன்றில் நான் குறிப்பிட்டிருந்தது உங்களுக்கு நினைவிருக்கலாம்.

நேவி சீல் பயிற்சியிலேயே இந்தச் 'சீனி பிஸ்கெட்'டாக இருப்பதைவிட அசௌகரியமான ஒன்று எதுவும் கிடையாது. இதைவிட வலிமிக்க, களைப்பு ஏற்படுத்துகின்ற பல தண்டனைகள் இருக்கின்றன. ஆனால், ஒரு 'சீனி பிஸ்கெட்'டாக இருப்பது உங்களுடைய பொறுமையைச் சோதிக்கும், உங்களுடைய மனஉறுதிக்குச் சவால்விடும். நீங்கள் அன்றைய தினம் முழுவதும், கழுத்திலும் கக்கத்திலும் கால்களுக்கு இடைப்பட்டப் பகுதிகளிலும் ஒட்டிக் கொண்டிருக்கின்ற மணற்துகள்களுடன் அலைய வேண்டியிருக்கும் என்பதல்ல இங்குப் பிரச்சனை. அந்தத் தண்டனை முற்றிலும் பாரபட்சமானது என்பதுதான் இங்குப் பிரச்சனை. ஒரு பயிற்றுவிப்பாளர் நினைத்தால் கேள்விமுறையின்றி அத்தண்டனையை அவரால் உங்களுக்கு வழங்க முடியும்.

பெரும்பாலான நேவி சீல் வீரர்களுக்கு இது ஜீரணித்துக் கொள்ளப்பட முடியாத ஒன்றாக இருந்தது. தலைசிறந்த வீரர்களாக ஆவதற்கு முழு முயற்சி செய்து கொண்டிருந்த பயிற்சி மாணவர்கள், தங்களுடைய அப்பழுக்கற்றச் செயல்நடவடிக்கைகளுக்காகத் தாங்கள் பாராட்டப்படுவோம் என்று எதிர்பார்த்தனர். சில நேரங்களில் அப்படி நடக்கவும் செய்தது. சில வேளைகளில் அது நடக்கவில்லை. சில நேரங்களில் அவர்களுடைய முயற்சிகளுக்குப் பிரதிபலனாகக் கிடைத்தவை நீரும் மணலும் மட்டுமே.

நான் முழுமையாக மணல் குளியல் செய்திருந்தேன் என்பது உறுதியானதும், நான் நேராக அந்த மணற்குன்றின்மீது ஏறிச் சென்று அந்தப் பயிற்றுவிப்பாளரிடம் மீண்டும் ஒரு முறை 'ஹூயா' என்று கத்திவிட்டு விறைப்பாக நின்றேன். இந்தச் 'சீனி பிஸ்கெட்' தன்னுடைய தர நிர்ணயப்படி இருந்ததா என்பதை உறுதி செய்து கொள்வதற்காக அவர் என்னைக் கவனமாக உற்றுப் பார்த்தார். அந்தப் பயிற்றுவிப்பாளரின் பெயர் லெப்டினன்ட் பிலிப்ஸ் மார்ட்டின். நண்பர்களுக்கு அவர் மோகி. நான் அந்தப் பட்டியலில் இடம் பெற்றிருக்கவில்லை என்பதால் எனக்கு அவர் லெப்டினன்ட் மார்ட்டின் மட்டும்தான்.

மார்ட்டின் ஒரு தலைசிறந்த நீர்மூழ்கி வீரர். நான் எப்படிப்பட்ட நேவி சீல் வீரராக ஆக விரும்பினேனோ அதன் மொத்த உருவமாக மார்ட்டின் திகழ்ந்தார். அவர் வியட்நாம்

போரில் சிறப்பாகப் பணியாற்றியிருந்தார். நேவி சீல் கிடங்கிலிருந்த ஆயுதங்கள் அனைத்தையும் கையாள்வதில் அவர் ஒரு வல்லுநராக விளங்கினார். அவர் ஒரு சிறந்த பாராசூட் வீரரும்கூட. அவர் ஹவாய் தீவைச் சேர்ந்த ஒருவராக இருந்ததால், நீரில் சிறப்பாகச் செயல்பட்டார். நீரில் அவருக்கு இணையாகச் செயல்படக்கூடியவர்கள் மிகவும் குறைவே.

“மேக், இன்று உனக்கு இந்தத் தண்டனை எதற்காகக் கொடுக்கப்பட்டது என்பது உனக்குத் தெரியுமா?” என்று மார்ட்டின் கேட்டார்.

“இல்லை,” என்று நான் பதிலளித்தேன்.

“வாழ்க்கை என்பது நியாயமானதல்ல; அதை நீ எவ்வளவு விரைவாகக் கற்றுக் கொள்கிறாயோ, அது உனக்கு அவ்வளவு நல்லது என்பதைப் புரிய வைப்பதற்காகத்தான்.”

***

ஓராண்டுக்குப் பிறகு நானும் மார்ட்டினும் நெருங்கிய நண்பர்களாக ஆகிவிட்டோம். அவருடைய நண்பர்களைப்போலவே நானும் அவரை மோகி என்று அழைக்கத் துவங்கினேன். நான் நேவி சீல் பயிற்சியை முடித்திருந்தேன். அவர் மீண்டும் ஒரு நேவி சீல் குழுவில் சேர்ந்து பணியாற்றுவதற்காக அனுப்பப்பட்டார்.

நான் மோகியைப் பற்றி அதிகமாகத் தெரிந்து

கொள்ளக் கொள்ள, எனக்கு அவர்மீது இருந்த மரியாதை கூடிக் கொண்டே சென்றது. அவர் தடகள விளையாட்டுகளிலும் ஜொலித்தவர், டிரையாத்தலான் போட்டிகளில் சிறப்பாகச் செயல்பட்டிருந்தார். அதோடு, அவர் சைக்கிள் போட்டிகளிலும் தன்னுடைய திறமையைக் காட்டியுள்ளார்.

அவர் தினமும் காலையில் முப்பது மைல் தூரம் சைக்கிள் ஓட்டினார். கொரனாடோ நகரிலிருந்து அருகிலிருந்த ஒரு நகருக்குச் செல்வதற்குக் கடற்கரையை ஒட்டி, சைக்கிள் ஓட்டுவதற்கென்றே ஒரு தனிப் பாதை அமைக்கப்பட்டிருந்தது. அது ஓர் அழகான சாலை.

ஒரு சனிக்கிழமை காலையில் அவர் இதுபோன்ற சைக்கிள் பயணத்தை மேற்கொண்டிருந்தார். தலைகுனிந்தவாறு அவர் சைக்கிளில் படுவேகமாகச் சென்று கொண்டிருந்ததால், எதிரே வந்த சைக்கிளை அவர் கவனிக்கத் தவறிவிட்டார். மணிக்கு சுமார் இருபத்தைந்து மைல் வேகத்தில் அந்த இரண்டு சைக்கிள்களும் நேருக்கு நேர் மோதிக் கொண்டன. அவர்கள் இரண்டு பேரும் தூக்கி வீசப்பட்டனர். அந்த மற்றொரு நபர் ஒரு சில நொடிகளில் சுதாரித்து எழுந்து கொண்டார். அவருக்குப் பெரிதாக எந்த அடியும் பட்டிருக்கவில்லை.

ஆனால் தலைகுப்புற விழுந்த மோகியால் எழுந்திருக்க முடியவில்லை. ஒரு சில

நிமிடங்களுக்குள் அங்கு வந்த அவசர ஊர்தியில் அவர் அருகிலிருந்த மருத்துவமனைக்குக் கொண்டு செல்லப்பட்டார். அவருக்கு ஏற்பட்டிருந்த பக்கவாதம் தற்காலிகமானதுதான் என்று முதலில் நம்பப்பட்டது. ஆனால், நாட்கள் வாரங்களாகவும், வாரங்கள் மாதங்களாகவும், மாதங்கள் ஆண்டுகளாகவும் உருண்டோடின. மோகியால் அந்த விபத்திற்குப் பிறகு தன் கால்களை ஒருபோதும் பயன்படுத்த முடியவில்லை. இடுப்புக்குக் கீழே எதையும் அவரால் உணர முடியவில்லை. அவருடைய கைகளின் இயக்கமும் முழுமையாக இருக்கவில்லை.

கடந்த முப்பத்தைந்து ஆண்டுகளாக மோகி ஒரு சக்கரநாற்காலியில்தான் இருக்கிறார். ஆனால் தனக்கு ஏற்பட்டிருந்த துரதிர்ஷ்டம் குறித்து அவர் ஒரு நாள்கூடக் குறை கூறியதில்லை. "எனக்கு ஏன் இப்படி நிகழ்ந்தது?" என்று அவர் ஒருபோதும் புலம்பியதில்லை. அவர் தன்மீது எள்ளளவும் கழிவிரக்கம் கொண்டதில்லை.

இன்னும் சொல்லப் போனால், அந்த விபத்திற்குப் பிறகு, மோகி ஒரு சிறந்த ஓவியராக உருவெடுத்தார், ஓர் அழகான பெண் குழந்தைக்குத் தந்தையானார். அதோடு, கொரனாடோவில் 'சூப்பர் ஃபிராக் டிரையாத்தலான்' போட்டியைத் தோற்றுவித்து அதை அவர் ஆண்டுதோறும் நடத்தி வருகிறார்.

உங்கள் வாழ்க்கையில் நீங்கள் சந்திக்கின்ற இன்னல்களுக்கு வெளிக் காரணிகள்மீது பழி

போடுவது எளிது. விதி உங்களுக்கு எதிராகச் சதி செய்கிறது என்று எந்த முயற்சிகளிலும் ஈடுபடாமல் இருப்பது சுலபம். நீங்கள் பிறந்த இடம், உங்களுடைய பெற்றோர் உங்களை வளர்த்த விதம், நீங்கள் படித்தப் பள்ளிக்கூடம் அல்லது கல்லூரி போன்றவைதாம் உங்களுடைய வருங்காலத்தை நிர்ணயிக்கின்றன என்று எண்ணுவது செளகரியமானது. ஆனால் அதில் துளிகூட உண்மை கிடையாது. சாதாரண மனிதர்களின் வாழ்க்கையும் சரி, சாதனையாளர்களின் வாழ்க்கையும் சரி, வாழ்க்கை அவர்களுக்குப் பரிசளித்திருந்த அநியாயங்களை அவர்கள் எவ்வாறு கையாண்டனர் என்பதை வைத்தே நிர்ணயிக்கப்படுகிறது. ஹெலன் கெல்லர், நெல்சன் மண்டேலா, ஸ்டீபன் ஹாக்கிங், மலாலா யூசுப்சாய் மற்றும் மோகி மார்ட்டின் என்று அடுக்கிக் கொண்டே போகலாம்.

சில நேரங்களில் நீங்கள் எவ்வளவு முயன்றாலும் சரி, நீங்கள் எவ்வளவு நல்லவராக இருந்தாலும் சரி, நீங்கள் ஒரு 'சீனி பிஸ்கெட்'டாக ஆகக்கூடும். அது குறித்துக் குறை கூறாதீர்கள். அது உங்களுடைய துரதிர்ஷ்டம் என்று உங்களையே தூற்றிக் கொள்ளாதீர்கள். நிமிர்ந்து நின்று, வருங்காலத்தை நோக்கிப் பார்வையைச் செலுத்தி, அதை நோக்கி முன்னே செல்லுங்கள்.

அத்தியாயம் 5

தோல்வியால் உங்களைப் பலப்படுத்த முடியும்

நீங்கள் இந்த உலகை மாற்ற விரும்பினால் . . .

சர்க்கஸைக் கண்டு
பயப்படாதீர்கள்!

நாங்கள் கொரனாடோவை ஒட்டியிருந்த கடலில் நீந்திக் கொண்டிருந்தோம். அலைகள் சிறியவையாக இருந்தாலும், அடுத்தடுத்து வந்து கொண்டிருந்தன, வெள்ளை நுரைகள் எங்கள் முகத்தில் அறைந்து கொண்டிருந்தன. நாங்கள் கடற்கரையை நோக்கி நீந்தத் துவங்கினோம். வழக்கம்போல நானும் என்னுடைய நீச்சல் தோழரும் மற்றவர்களிடமிருந்து பின்தங்கியிருந்தோம். எங்களுக்குப் பின்னால் பாதுகாப்புப் படகுகளில் வந்து கொண்டிருந்த பயிற்றுவிப்பாளர்கள் எங்களுடைய வேகத்தைக் கூட்டுமாறு இரைந்து கொண்டிருந்தனர். நாங்கள் எவ்வளவு முயன்றும், முன்னால் சென்றவர்களுக்கு எங்களால் ஈடுகொடுக்க முடியவில்லை.

என்னுடைய நீச்சல் தோழரின் பெயர் மார்க் தாமஸ். மார்க்கும் என்னைப்போலவே அமெரிக்கக் கடற்படை ரிசர்வ் அதிகாரிகள் பயிற்சிப் படையில் சேர்ந்திருந்தார். ஆனால் அவர் விர்ஜீனியா இராணுவக் கல்லூரியில் படித்திருந்தார். நெடுந்தூர ஓட்டத்தில் அவர் எங்களுடைய வகுப்பில் இருந்த மற்ற அனைவரையும்விடத் தலைசிறந்து விளங்கினார்.

நேவி சீல் பயிற்சியைப் பொறுத்தவரை, உங்களுடைய நீச்சல் தோழர் உங்களுடைய

பாதுகாப்பை உறுதி செய்கின்ற நபராகச் செயல்படுவார். நீருக்கு அடியில் மூழ்கும்போது, நீங்களும் உங்களுடைய நீச்சல் தோழரும் ஒன்றாகப் பிணைக்கப்படுவீர்கள். நீண்டதூர நீச்சல் பயிற்சியின்போது உங்களுடைய நீச்சல் தோழர் உங்களோடு கோர்த்துவிடப்படுவார். அவர் உங்களை ஊக்குவிப்பார், உங்களுடைய நெருங்கிய நண்பராகச் செயல்படுவார். ஒரு ஜோடி என்ற முறையில், எந்தவொரு நிகழ்விலும் உங்களில் யாராவது ஒருவர் தோற்றால் அதன் பின்விளைவை நீங்கள் இருவரும் சேர்ந்து அனுபவிக்க வேண்டியிருக்கும். அதுதான், குழுப் பணியின் முக்கியத்துவத்தை வலியுறுத்துவதற்குப் பயிற்றுவிப்பாளர்கள் கையாண்ட வழிமுறையாகும்.

நாங்கள் ஒருவழியாகக் கரையேறியபோது, ஒரு பயிற்றுவிப்பாளர் எங்களுக்காகத் தயாராகக் காத்துக் கொண்டிருந்தார்.

“கீழே படுங்கள்!” என்று அந்தப் பயிற்றுவிப்பாளர் கத்தினார். தண்டால் எடுப்பதற்குத் தயாராகத் தரையில் விழுமாறு எங்களுக்கு விடுக்கப்பட்ட அறிவுறுத்தல் அது. நாங்கள் தரையில் கைகளை ஊன்றி, கால்களை நீட்டித் தண்டால் எடுப்பதற்குத் தயாரானோம்.

“நீங்கள் இருவரும் உங்களை அதிகாரிகள் என்று கூறிக் கொள்கிறீர்களா?” என்று எங்களிடம் அவர் உரத்தக் குரலில் கேட்டார். அதற்குப் பதிலளிப்பதில் புண்ணியமில்லை. எங்களுடைய

பதிலை எதிர்பார்க்காமல், அவர் எப்படியும் தொடர்ந்து பேசவிருந்ததை நாங்கள் அறிவோம்.

“நேவி சீல் குழுவில் இருக்கின்ற அதிகாரிகள், முன்னால் இருந்து வழிநடத்துவார்கள். அவர்கள் நீச்சலில் கடைசியில் வர மாட்டார்கள். அவர்கள் தங்களுடைய வகுப்பிற்கு அவமானத்தைத் தேடித் தர மாட்டார்கள்.”

அந்தப் பயிற்றுவிப்பாளர் மணலை எங்கள் முகத்தில் எட்டி உதைத்தவாறு எங்களைச் சுற்றி நடந்தார்.

“நீங்கள் இருவரும் இந்தப் பயிற்சியை வெற்றிகரமாக முடிப்பீர்கள் என்று நான் நினைக்கவில்லை. ஒரு நேவி சீல் அதிகாரியாக ஆவதற்கு வேண்டிய அம்சங்கள் உங்களிடம் இல்லை.”

அவர் தன்னுடைய பின்புறப் பாக்கெட்டிலிருந்து ஒரு குறிப்பேட்டை எடுத்து, எங்களை வெறுப்புடன் பார்த்தவாறு அதில் எதையோ குறித்துக் கொண்டார். “நீங்கள் இருவரும் சர்க்கஸ் பட்டியலில் இணைந்துவிட்டீர்கள்,” என்று அறிவித்த அவர், தொடர்ந்து, “இன்னும் ஒரு வார காலம் நீங்கள் தாக்குப்பிடித்தால் அதிகம்,” என்று உறுமினார்.

சர்க்கஸ். நானும் மார்க்கும் கண்டிப்பாக அதைச் சிறிதும் விரும்பவில்லை. சர்க்கஸ் என்று அழைக்கப்படுகின்ற நிகழ்வு, நாங்கள் அன்றைய தினப் பயிற்சியை முடித்தப் பிறகு

தினந்தோறும் மாலையில் நிடைபெறும். அது மேலும் இரண்டு மணிநேர உடற்பயிற்சிகளை உள்ளடக்கிய ஒன்று. பயிற்றுவிப்பாளர்கள் அங்கு எங்களை மேலும் வதைப்பார்கள். வலுவானர்கள் மட்டுமே நேவி சீல் பயிற்சியில் வெல்ல வேண்டும் என்பது எங்களுடைய பயிற்றுவிப்பாளர்களின் தாரக மந்திரம். தினந்தோறும் நடைபெறுகின்ற உடற்பயிற்சி, ஓட்டம், நீச்சல், தடைகளைக் கடத்தல் போன்ற ஏதாவது ஒன்றில் பயிற்றுவிப்பாளர்கள் நிர்ணயித்துள்ள தரத்தை நீங்கள் எட்டாவிட்டால், நீங்கள் சர்க்கஸ் பட்டியலில் இடம் பெற்றுவிடுவீர்கள். பயிற்றுவிப்பாளர்களின் கண்ணோட்டத்தில் நீங்கள் ஒரு தோல்வியாளர்.

மாணவர்கள் சர்க்கஸைக் கண்டு பயப்படுவதற்குக் காரணம், அது தோற்றுவிக்கின்ற கூடுதல் வலி அல்ல. அந்தக் கூடுதல் பயிற்சியின் காரணமாக நீங்கள் இன்னும் சோர்வடைவீர்கள். அதன் காரணமாக மறுநாள் நீங்கள் மறுபடியும் ஏதாவது ஒன்றில் சரியாகச் செயல்படாமல் இருப்பதற்கு வாய்ப்பிருக்கிறது. அதனால் மறுநாளும் நீங்கள் சர்க்கஸில் பங்கு பெறுவீர்கள். இது ஒரு தொடர்கதையாகிவிடும். மீள முடியாத இந்த நச்சு வட்டத்திற்குள் சிக்கிக் கொண்ட காரணத்தினாலேயே பல மாணவர்கள் நேவி சீல் பயிற்சியிலிருந்து விலகியுள்ளனர்.

அன்றைய தினத்தின் பயிற்சிகள் நிறைவடைந்தவுடன் மற்ற சில மாணவர்களோடு சேர்ந்து நானும் மார்க்கும் கூடுதல் உடற்பயிற்சிக்காக

ஒன்றுகூடினோம்.

அன்றைய தினத்தின் சர்க்கஸ் பயிற்சிகள், நீச்சலில் கடைசியாக வந்து சேர்ந்திருந்த எங்களை மனத்தில் வைத்தே உருவாக்கப்பட்டிருந்தன. அன்று 'ஃபிளட்டர் கிக்ஸ்' என்ற உடற்பயிற்சியைச் செய்யுமாறு நாங்கள் கேட்டுக் கொள்ளப்பட்டோம். அந்த உடற்பயிற்சியை மீண்டும் மீண்டும் நாங்கள் செய்தோம். அது உங்களுடைய வயிறு மற்றும் தொடைத் தசைகளுக்கு வலுவூட்டும். அது கடலில் நீந்துவதற்கு மிகவும் உதவும். அது உங்களுடைய மன உறுதியைக் குலைக்கவும் பயன்படுத்தப்படும்.

இந்த உடற்பயிற்சியைச் செய்வதற்கு நீங்கள் மல்லாந்து படுத்துக் கொண்டு உங்களுடைய கால்களை நேராக நீட்டிக் கொள்ள வேண்டும். பயிற்றுவிப்பாளர்கள் எண்ணிக் கொண்டே இருப்பார். நீங்கள் முதலில் ஒரு காலைத் தூக்கி உதைப்பதுபோல நீட்ட வேண்டும். பின் அடுத்தக் காலைக் கொண்டு அதைச் செய்ய வேண்டும். எக்காரணம் கொண்டும் நீங்கள் உங்களுடைய மூட்டுகளை மடக்கிவிடக்கூடாது. அது ஒரு பலவீனமாகக் கருதப்படும்.

சர்க்கஸ் தண்டனை கடுமையானது. ஃபிளட்டர் கிக்ஸ் தவிர, தண்டால், புல் அப், சிட் அப் உட்பட வேறு பல உடற்பயிற்சிகளையும் நீங்கள் செய்ய வேண்டும். அன்று மாலையில் சூரியன் கடலுக்குள் விழுந்தபோது, நானும் மார்க்கும் களைப்பால் துவண்டு போயிருந்தோம். எங்களால்

அசையக்கூட முடியவில்லை. தோல்விக்கு ஒரு விலை இருக்கிறது.

அடுத்த நாளும் நாங்கள் சர்க்கஸிற்கு வந்து சேர்ந்தோம். இதில் ஒரு விநோதம் நிகழ்ந்தது. சர்க்கஸ் அதிகரித்தபோது, எங்களுடைய நீச்சல் திறன் அதிகரித்தது. நானும் மார்க்கும் இனியும் பின்னால் வந்து கொண்டிருக்கவில்லை.

எங்களுடைய தோல்விக்கான ஒரு தண்டனையாகத் துவங்கிய சர்க்கஸ் பயிற்சிகள் எங்களுக்கு வலுவூட்டின, எங்களை விரைவாகச் செல்ல வைத்தன, நீரில் எங்களுடைய துணிச்சலை அதிகரித்தன. சர்க்கஸில் பங்கேற்ற வேறு சில மாணவர்கள், நேவி சீல் பயிற்சியே வேண்டாம் என்று ஓடிவிட்டனர். ஆனால் நானும் மார்க்கும், சர்க்கஸ் எங்களை முறியடிக்க அனுமதிக்கக்கூடாது என்பதில் உறுதியாக இருந்தோம்.

எங்களுடைய பயிற்சி கிட்டத்தட்ட முடிவுக்கு வந்திருந்த நிலையில் மற்றொரு நீண்ட தூர நீச்சல் பயிற்சியில் நாங்கள் பங்கேற்றோம். அதன் தூரம் ஐந்து மைல்கள். அதற்கென்று ஒதுக்கப்பட்டிருந்த நேரத்திற்குள் அதை முடிப்பது நேவி சீல் பயிற்சியில் தேறுவதற்கு இன்றியமையாததாக இருந்தது.

நாங்கள் கடலுக்குள் குதித்தபோது நீர் கடுங்குளிராக இருந்தது. நாங்கள் பதினைந்து ஜோடிகள் அதில் பங்கேற்றோம். இரண்டு மணி நேரம் கழித்து, நாங்கள் ஆளுக்கொரு பக்கமாகச்

சிதறியிருந்தோம். அதனால் யார் யார் எங்கு இருந்தனர் என்பது தெரியவில்லை. நான்கு மணி நேரம் கடந்திருந்தபோது, நாங்கள் கடுமையாகக் களைத்துப் போயிருந்தோம், எங்களுடைய கைகளும் கால்களும் மரத்துப் போயிருந்தன, எங்களுடைய உடலின் வெப்பம் கடுமையாகக் குறைந்திருந்தது. மார்க்கும் நானும் ஒருவழியாகக் கரையேறினோம். எங்களுடைய பயிற்றுவிப்பாளர்களில் ஒருவர் அங்கு எங்களுக்காகத் தயாராகக் காத்துக் கொண்டிருந்தார்.

“கீழே படுங்கள்!” என்று அவர் கர்ஜித்தார்.

நான் மணலில் குனிந்தேன். என் கால்களும் கைகளும் மிகவும் குளிர்ந்திருந்ததால் என்னால் மணலையே உணர முடியவில்லை. என் தலையை நிமிர்ந்த நிலையில் வைத்திருக்க நான் கடும் முயற்சி செய்ய வேண்டியிருந்தது. எங்களைச் சுற்றி நடந்து கொண்டிருந்த எங்களுடைய பயிற்றுவிப்பாளரின் காலணிகள் மட்டுமே என் கண்களுக்குத் தெரிந்தன.

“நீங்கள் இரண்டு அதிகாரிகளும் உங்களுடைய வகுப்பை மீண்டும் ஒரு முறை அவமதிப்புக்கு உள்ளாக்கியிருக்கிறீர்கள்,” என்று அந்தப் பயிற்றுவிப்பாளர் எங்களை வசைபாடினார். அடுத்து என் பார்வையில் மற்றொரு ஜோடிக் கால்கள் தெரிந்தன. பிறகு மற்றொன்று. எங்களைச் சுற்றிப் பல பயிற்றுவிப்பாளர்கள் நின்று கொண்டிருந்தனர். “உங்களுடைய குழுவிலுள்ள அனைவரும் தங்களைப் பற்றி மோசமாக

நினைக்கும்படி நீங்கள் செய்துவிட்டீர்கள்!" என்று கூறிவிட்டு அவர் சிறிது நிறுத்தினார். "கனவான்களே, எழுந்து நில்லுங்கள்!"

நானும் மார்க்கும் எழுந்து நின்று எங்களைச் சுற்றிலும் நோட்டம் விட்டோம். அப்போதுதான் எங்களுக்கு உறைத்தது, நாங்கள்தான் அந்தப் பயிற்சியில் முதலாவதாக வந்திருந்தோம் என்று!

"நீங்கள் நிஜமாகவே உங்களுடைய குழுவினரை மிக மோசமாக அவமானப்படுத்தியுள்ளீர்கள்!" என்று கூறிவிட்டு அவர் புன்னகை புரிந்தார். "இரண்டாவது ஜோடியைக் கண்ணுக்கு எட்டிய வரையில் காணோம்."

நாங்கள் கடலை நோக்கித் திரும்பினோம். அவர் கூறியது உண்மைதான். அங்கு எவரையும் எங்களால் பார்க்க முடியவில்லை.

"கனவான்களே, நீங்கள் மிகச் சிறப்பாகச் செயல்பட்டிருக்கிறீர்கள். நீங்கள் அனுபவித்தக் கூடுதல் வலியும் வேதனையும் பலனளித்துள்ளதுபோலத் தெரிகிறது," என்று கூறிவிட்டு அந்தப் பயிற்றுவிப்பாளர் எங்களை நோக்கி வந்து எங்களுடைய கைகளைக் குலுக்கினார். "நீங்கள் நேவி சீல் அதிகாரிகளாக ஆன பிறகு, உங்களுடன் சேர்ந்து பணியாற்றும் வாய்ப்புக் கிடைத்தால், நான் அதை ஒரு கௌரவமாகக் கருதுவேன்."

அந்த நீண்ட நீச்சல்தான் எங்களுடைய பயிற்சியின்

முத்தாய்ப்பாக அமைந்தது. ஒரு சில நாட்கள் கழித்து மார்க்கும் நானும் நேவி சீல் பயிற்சிப் பள்ளியில் பட்டம் பெற்றுவிட்டு அங்கிருந்து வெளியேறினோம்.

மார்க்கும் நேவி சீல் குழுவில் இடம் பெற்றுப் பல சாதனைகளைப் புரிந்தார். எங்களுடைய நட்பு இன்றுவரை தொடர்ந்து கொண்டிருக்கிறது.

உங்களுடைய வாழ்க்கையில் நீங்கள் பல சர்க்கஸ்களை எதிர்கொள்ள நேரிடலாம். உங்களுடைய தோல்விக்கான விலையை நீங்கள் கொடுக்க நேரிடும். ஆனால் நீங்கள் விடாமுயற்சியுடன் செயல்பட்டால், அந்தத் தோல்விகள் உங்களுக்குப் பாடம் கற்றுக் கொடுக்கவும் உங்களை வலுப்படுத்தவும் நீங்கள் அனுமதித்தால், பிறகு வாழ்வின் கடுமையான கணங்களை எதிர்கொள்வதற்கு நீங்கள் தயாராகிவிடுவீர்கள்.

***

என் வாழ்வில் 1983 ஆம் ஆண்டு ஜூலை மாதம் எனக்கு அப்படியொரு காலகட்டமாக அமைந்தது. என்னுடைய தலைமை அதிகாரியின் முன் நான் நின்று கொண்டிருந்தேன். நேவி சீல் பிரிவில் என் தொழில்வாழ்க்கை முடிவுக்கு வந்துவிட்டதென்றே நான் நினைத்தேன். என்னுடைய நேவி சீல் குழுவிலிருந்து அப்போதுதான் நான் விடுவிக்கப்பட்டிருந்தேன். என் குழுவின்

நிர்வாகம், அவர்களுக்கு அளிக்கப்பட்டு வந்த பயிற்சி, திட்டங்கள் மேற்கொள்ளப்பட்ட விதம் ஆகியவற்றில் நான் பெரும் மாற்றங்களைச் செய்ய முயன்றதுதான் நான் இழைத்தக் குற்றம். என் அணியில் ஏகப்பட்டச் சிறந்த அதிகாரிகள் இருந்தனர். ஆனால் அங்கு நிலவிய கலாச்சாரம் வியட்நாம் காலத்தைச் சேர்ந்த பழமைவாதத்தில் ஊறிப் போயிருந்தது. அதை மாற்றுவதற்கான நேரம் வந்துவிட்டிருந்ததாக நான் தவறாக எண்ணிவிட்டேன். மாற்றம் என்பது கடினமானது என்ற படிப்பினையை அப்போது நான் கற்றுக் கொண்டேன். குறிப்பாக, அதிகாரத்தில் இருப்பவர்களுக்கு அது கடினமானது.

நான் அக்குழுவிலிருந்து தூக்கியெறியப்பட்டு இருந்தாலும், வேறு ஒரு நேவி சீல் குழுவிற்கு மாறிக் கொள்ள என்னுடைய மேலதிகாரி என்னை அனுமதித்தார். ஆனால் ஒரு நேவி சீல் அதிகாரி என்ற என்னுடைய நற்பெயர் காற்றில் பறந்துவிட்டிருந்தது. நான் எங்குச் சென்றாலும், நான் ஒரு தோல்வியாளன் என்ற செய்தி என்னை முந்திக் கொண்டு அங்குச் சென்றது. ஒவ்வொரு நாளும், என் கீழ் பணியாற்றிய அதிகாரிகள் என்னைப் பற்றித் தங்களுக்குள் கிசுகிசுத்ததை நான் பார்க்க வேண்டியிருந்தது. நான் என் வேலைக்குப் பொருத்தமானவன் அல்லன் என்ற நினைவூட்டல்கள் தொடர்ந்து எனக்குக் கிடைத்துக் கொண்டிருந்தன.

அச்சமயத்தில், நான் தேர்ந்தெடுப்பதற்கு எனக்கு

முன்னால் இரண்டு பாதைகள் இருந்தன. கடற்படை வாழ்க்கைக்கு ஒரு முழுக்குப் போட்டுவிட்டு, ஒரு சாதாரணக் குடிமகனாக ஆவது. என்னுடைய அப்போதைய நிலையைக் கணக்கில் எடுத்துக் கொண்டால், அதுதான் தர்க்கரீதியான முடிவாக இருந்திருக்க வேண்டும். அல்லது, என்னைச் சுழற்றியடித்துக் கொண்டிருந்த புயலைத் தைரியமாக எதிர்கொண்டு, நான் ஒரு சிறந்த நேவி சீல் அதிகாரி என்று எனக்கும் மற்றவர்களுக்கும் நிரூபித்துக் காட்டுவது. நான் இரண்டாவது வழியைத் தேர்ந்தெடுத்தேன்.

எனக்குக் கொடுக்கப்பட்ட இரண்டாவது வாய்ப்பு, வெளிநாடுகளில் இயங்கிக் கொண்டிருந்த ஒரு பெரிய நேவி சீல் குழுவுக்குத் தலைமைப் பொறுப்பு ஏற்றுக் கொள்வதை உள்ளடக்கியிருந்தது. வெளிநாடுகளில் பணிபுரிந்தபோது நாங்கள் பொதுவாகத் தனித்து விடப்பட்டிருந்தோம். அந்த இடங்கள் தொலைதூரத்தில் இருந்தன. அதனால் எங்கள் கதையை நாங்களே பார்த்துக் கொள்ள வேண்டியிருந்தது. என்னால் தலைமைப் பொறுப்பைச் சிறப்பாகக் கையாள முடியும் என்பதை நிரூபிக்க நான் அந்த வாய்ப்பைச் சிறப்பாகப் பயன்படுத்திக் கொண்டேன். பன்னிரண்டு பேர் அடங்கிய ஒரு நேவி சீல் குழுவுடன் நெருக்கமாகப் பழகுகின்றபோது, உங்களால் எதையும் மறைக்க முடியாது. காலைநேர உடற்பயிற்சியின்போது நீங்கள் உங்களுடைய முழு ஆற்றலையும் பிரயோகிக்கிறீர்களா என்பதை அவர்களால் எளிதாகக் கண்டுகொள்ள

முடியும். விமானத்திலிருந்து ஒரு பாராசூட்டில் குதிக்கின்றபோது, நீங்கள் முதல் ஆளாக நிற்பதையும், உணவு வரிசையில் கடைசி ஆளாக நிற்பதையும் அவர்களால் கவனிக்காமல் இருக்க முடியாது. நீங்கள் உங்களுடைய ஆயுதத்தைச் சுத்தம் செய்வதையும், ரேடியோவைச் சோதிப்பதையும், புலனாய்வு அறிக்கைகளைப் படிப்பதையும், திட்டம் தீட்டுவதையும் அவர்கள் உன்னிப்பாகக் கவனித்து வருவர். அடுத்த நாள் திட்டத்திற்காக நீங்கள் முழு இரவும் கண்விழித்திருப்பதை அவர்கள் அறிந்திருப்பார்கள்.

நான் வெளிநாடுகளில் பல மாதங்கள் இருந்த காலத்தைப் பயன்படுத்திக் கொண்டு என்னால் முடிந்த அளவு சிறப்பாக இயங்கினேன். என் குழுவில் இருந்த அனைவரையும்விடச் சிறப்பாகச் செயல்பட முனைந்தேன். அதில் எல்லா நேரங்களிலும் நான் வெற்றி பெறவில்லை என்றாலும், என்னால் முடிந்த அளவு மிகச் சிறப்பாகச் செயல்படுவதை நான் ஒருபோதும் தவிர்க்கவில்லை.

காலப்போக்கில் என்னுடைய குழுவினர் மீண்டும் என்னை மதிக்கத் தொடங்கினர். பல ஆண்டுகள் கழித்து என்னுடைய சொந்த நேவி சீல் குழு ஒன்றை உருவாக்கி அதைத் தலைமை தாங்கி நடத்திச் செல்கின்ற வாய்ப்பும் எனக்கு வழங்கப்பட்டது. இறுதியில் அமெரிக்க மேற்குக் கடற்கரைப் பகுதியில் இருந்த அனைத்து நேவி சீல்களுக்குமான தலைமைப் பொறுப்பை நான்

ஏற்றேன்.

2003 ஆம் ஆண்டுவாக்கில், ஈராக் மற்றும் ஆப்கானிஸ்தான் போர்களில் நான் ஈடுபட்டேன். இப்போது நான் போர்க்களத்தில் படைகளை நடத்திச் சென்ற ஓர் அட்மிரலாக இருந்ததால், நான் மேற்கொண்ட ஒவ்வொரு தீர்மானத்திற்கும் தீவிரமான பின்விளைவுகள் இருந்தன. நான் எதிர்கொண்ட ஒவ்வொரு தோல்வியையும் தவற்றையும் ஈடுகட்டும் விதமாக நூற்றுக்கணக்கான வெற்றிகள் இருந்தன. எண்ணற்றப் பிணையாளிகள் காப்பாற்றப்பட்டிருந்தனர்; தற்கொலைப் படையினர் பலர் தடுத்து நிறுத்தப்பட்டிருந்தனர்; ஏராளமான கடற்கொள்ளையர்கள் சிறைபிடிக்கப்பட்டிருந்தனர்; ஏராளமான தீவிரவாதிகள் கொல்லப்பட்டிருந்தனர்; கணக்கிடப்பட முடியாத உயிர்கள் காப்பாற்றப்பட்டிருந்தன.

என்னுடைய பழைய தோல்விகள் எனக்கு வலுவூட்டியிருந்தன, தவறுகளிலிருந்து தப்பாதவர்கள் எவரும் இல்லை என்ற பாடத்தையும் அவை எனக்குப் புகட்டியிருந்தன என்பதை நான் புரிந்து கொண்டேன். உண்மையான தலைவர்கள் தங்களுடைய தோல்விகளிலிருந்து பாடம் கற்றுக் கொள்ள வேண்டும்; தங்களை ஊக்குவித்துக் கொள்ள அந்தப் படிப்பினைகளைப் பயன்படுத்திக் கொள்ள வேண்டும்; மீண்டும் முயற்சி செய்யவோ அல்லது தீர்க்கமான தீர்மானங்களை எடுக்கவோ பயப்படக்கூடாது.

உங்களால் சர்க்கஸைத் தவிர்க்க முடியாது. ஏதோ ஒரு கட்டத்தில் நாம் அனைவருமே சர்க்கஸிற்குள் நுழையத்தான் செய்கிறோம். எனவே, சர்க்கஸைக் கண்டு ஒருபோதும் பயப்படாதீர்கள்.

அத்தியாயம் 6

நீங்கள் பெரும் சாகசத்திற்குத் துணிய வேண்டும்

நீங்கள் இந்த உலகை மாற்ற விரும்பினால் . . .

தடைக்கயிற்றில் தலைகுப்புறப் பாய்ந்து சறுக்குங்கள்!

முப்பதடி உயரம் கொண்ட ஒரு கோபுரத்தின் மேல் நான் நின்று கொண்டிருந்தேன். தடிமனான ஒரு நைலான் கயிற்றின் ஒரு முனை அந்தக் கோபுரத்தில் கட்டப்பட்டிருந்தது. அதன் மறுமுனை ஒரு நூறடி தூரம் தள்ளி நிலத்தின்மீது நடப்பட்டிருந்த ஒரு கம்பத்தில் கட்டப்பட்டிருந்தது. பல தடைகளைக் கடந்து செல்கின்ற ஒரு பயிற்சியில், இந்தக் கயிற்றின் மூலம் சறுக்கிச் செல்லுதலும் அடங்கும். அதுவரை இருந்த பல தடைகளை நான் மிக வேகமாகக் கடந்து வந்திருந்தேன். நான் அந்த நைலான் கயிற்றைப் பிடித்து, என் கால்களை அந்தக் கயிற்றின் மேல் தூக்கிப் போட்டுவிட்டு உயிரைக் கையில் பிடித்தவாறு தொங்கிக் கொண்டிருந்தேன். பிறகு, நான் அக்கயிற்றைப் பிடித்தவாறு மெதுவாக அதில் நகரத் துவங்கினேன், அடி மேல் அடி வைத்து மறுகோடியிலிருந்த கம்பத்தை அடைந்தேன்.

நான் அந்தக் கம்பத்தை நெருங்கியதும் தரையில் குதித்தேன். உடனடியாக மற்றத் தடைப் பயிற்சிகளை முடிப்பதற்காக வேகமாக ஓடினேன். என் வகுப்பில் இருந்த மற்ற மாணவர்கள் என்னை உற்சாகப்படுத்திக் கத்திக் கொண்டிருந்தனர். ஆனால், இன்னும் எவ்வளவு நேரம் மீதமிருந்தது என்று அறிவித்துக் கொண்டிருந்த பயிற்றுவிப்பாளரின் குரல் மட்டும்தான் என்

காதில் விழுந்து கொண்டிருந்தது. நான் அந்தக் கயிற்றில் சறுக்கி வருவதில் ஏகப்பட்ட நேரத்தை வீணாக்கியிருந்தேன். நான் அந்தக் கயிற்றைக் கடக்கப் பயன்படுத்தியிருந்த உத்தி மிகவும் மெதுவானது. ஆனால் என்னால் அந்தக் கயிற்றில் தலையை முன்பக்கமாக வைத்துச் சறுக்கிக் கொண்டு செல்வதை நினைத்துக்கூடப் பார்க்க முடியவில்லை. அதற்குக் 'கமான்டோ' முறை என்று பெயர். அதைப் பின்பற்றினால் உங்களால் வேகமாகத் தரையை அடைந்துவிட முடியும் என்றாலும் அதில் ஆபத்து அதிகம் இருந்தது. நீங்கள் அந்த உயரத்திலிருந்து கீழே விழுந்து உங்களுக்கு மோசமான காயம் ஏற்பட்டுவிட்டால், அத்தோடு அப்பயிற்சி மையத்திலிருந்து நீங்கள் வெளியேற்றப்பட்டுவிடுவீர்கள்.

நான் வெற்றிக் கோட்டை மிகவும் தாமதமாக நெருங்கியிருந்தேன். அங்கு நின்று நான் மூச்சு வாங்கிக் கொண்டிருந்தபோது, ஆஜானுபாகுவாகத் தோற்றமளித்த ஒரு பயிற்றுவிப்பாளர் என் முன்னால் நின்று கொண்டிருந்தார். "மேக், எப்போதுதான் நீ கற்றுக் கொள்ளப் போகிறாய்?" என்று அவர் என்னிடம் கேட்டார். அவருடைய குரலில் இகழ்ச்சி பெருக்கெடுத்து ஓடிக் கொண்டிருந்தது. "நீ சில ஆபத்துகளை எதிர்கொள்ள முன்வராவிட்டால், உன்னால் இதை ஒருக்காலும் குறிப்பிட்ட நேரத்திற்குள் முடிக்க முடியாது."

ஒரு வாரம் கழித்து, நான் என் பயத்தை

மூட்டைகட்டி வைத்துவிட்டு அதே பயிற்சியைச் செய்ய வந்தபோது, அந்தக் கோபுரத்திலிருந்த கயிற்றில் தலையை முதலில் வைத்து வேகமாகச் சறுக்கத் துவங்கினேன். அந்தச் சறுக்கல் உட்பட அனைத்துத் தடைகளையும் கடந்து மொத்தப் பயிற்சியையும் அதுவரை நான் பண்ணியிராத வேகத்தில் நான் செய்து முடித்தபோது, எல்லைக் கோட்டில் நின்று கொண்டிருந்த என்னுடைய பயிற்றுவிப்பாளர் தன் தலையை லேசாக அசைத்துத் தன்னுடைய அங்கீகாரத்தை வழங்கினார். உங்களுடைய பதற்றங்களை மீறுவது மற்றும் ஒரு வேலையைச் செய்து முடிக்கக்கூடியத் திறன் உங்களிடம் இருக்கிறது என்று நம்புவது தொடர்பாக எனக்குக் கிடைத்திருந்த ஓர் எளிய படிப்பினை அது. அப்படிப்பினை என் வாழ்க்கையில் பல முறை எனக்கு உதவி செய்துள்ளது.

***

அது *2004* ஆம் ஆண்டு. நான் ஈராக்கில் இருந்தேன். நான் வைத்திருந்த ரேடியோவில் ஒலித்தக் குரல் அமைதியாக இருந்தபோதிலும், அதில் ஓர் அவசரம் தொனித்ததை என்னால் உணர முடிந்தது. நாங்கள் தேடிக் கொண்டிருந்த மூன்று பிணையாளிகள் மறைத்து வைக்கப்பட்டிருந்த இடம் கண்டுபிடிக்கப்பட்டிருந்தது. பாக்தாத் நகருக்கு வெளியே, எல்லைச் சுவருடன் இருந்த ஒரு கட்டட வளாகத்திற்குள், அல் கொய்தா தீவிரவாதிகள் அவர்களை

அடைத்து வைத்திருந்தனர். அத்தீவிரவாதிகள் அந்தப் பிணையாளிகளை விரைவில் வேறு இடத்திற்கு மாற்றத் திட்டமிட்டிருந்த தகவல் எங்களுக்குக் கிட்டியிருந்ததால், நாங்கள் அது குறித்து உடனடியாக ஒரு தீர்மானத்திற்கு வர வேண்டியிருந்தது.

அந்த மீட்பு நடவடிக்கைக்குப் பொறுப்பேற்றிருந்த இராணுவ லெப்டினன்ட் கர்னல், உடனடியாக மீட்பு நடவடிக்கையில் இறங்குவதாக இருந்தால், அந்தத் தாக்குதலைப் பட்டப்பகலில் நடத்த வேண்டி வரும் என்று எச்சரித்தார். அந்த மீட்பு நடவடிக்கையை வெற்றிகரமாகச் செய்வதற்கு இருந்த ஒரே வழி மூன்று ஹெலிகாப்டர்களை அந்த வளாகத்திற்குள் இறக்கி அவர்களைத் தாக்குவதுதான். நாங்கள் வேறு பல உத்திகளையும் விவாதித்தோம். ஆனால் எதுவும் சரிப்பட்டு வரவில்லை. அதே நேரத்தில், அந்தக் கர்னல் கூறியிருந்தது சரிதான் என்பதும் தெளிவானது. பொதுவாக இது போன்ற மீட்பு நடவடிக்கைகளை இரவில் மேற்கொள்கின்றபோது, எதிரிகள் அதை எதிர்பார்த்திருக்க மாட்டார்கள் என்பதால், உங்களுடைய வெற்றி வாய்ப்பு அதிகரிக்கும். ஆனால், இந்தக் குறிப்பிட்டச் சூழலில், இரவுக்குள் அந்தப் பிணையாளிகள் இடம் மாற்றப்பட்டுவிட்டால், அவர்களைக் கண்டுபிடிப்பது கடினமாகிவிடும் அல்லது அவர்கள் கொல்லப்படலாம். அதனால் உடனடியாக நாங்கள் அந்த நடவடிக்கையை மேற்கொள்ள வேண்டியிருந்தது.

அதனால், நான் அத்தாக்குதலுக்குப் பச்சைக் கொடி காட்டினேன். ஒரு சில நிமிடங்களுக்குள் மீட்புக் குழுவினர் மூன்று ஹெலிகாப்டர்களில் ஏறிப் பறந்தனர். அந்த மூன்று ஹெலிகாப்டர்களுக்கு மேலாக மற்றொரு ஹெலிகாப்டர் பறந்து அங்கு நடைபெற்றுக் கொண்டிருந்த காட்சிகளை நேரலையில் எனக்கு ஒளிபரப்பிக் கொண்டிருந்தது. அந்த மூன்று ஹெலிகாப்டர்களும், எதிரிகளின் கண்களில் மண்ணைத் தூவுவதற்காக மிகவும் தாழ்வாகப் பறந்தன.

அந்த வளாகத்தில் கையில் ஒரு தானியங்கித் துப்பாக்கியுடன் இருந்த ஒருவன் அந்தக் கட்டடத்திற்கு உள்ளே போவதும் வருவதுமாக இருந்தான். அவர்கள் அங்கிருந்து கிளம்புவதற்கான நடவடிக்கையில் இறங்கியிருக்கலாம் என்ற சமிக்ஞையை அது அளித்தது. அந்த மூன்று ஹெலிகாப்டர்களும் அந்த இடத்தை அடைய இன்னும் ஐந்து நிமிடங்கள் இருந்தன. அதுவரை, மீட்புக் குழுவினருக்கு இடையே நடந்த உரையாடல்களைக் கேட்டுக் கொண்டிருப்பதைத் தவிர வேறு எதையும் என்னால் செய்ய முடியவில்லை.

என் மேற்பார்வையில் நடந்த முதல் பிணையாளிகள் மீட்பு நடவடிக்கை அல்ல அது. அது கடைசியாகவும் இருக்கப் போவதில்லை என்பதும் உறுதி. ஆனால், என் மேற்பார்வையில் நிகழ்த்தப்பட்ட மீட்பு நடவடிக்கைகளிலேயே மிகவும் துணிச்சலான ஒன்றாக அது இருந்தது என்பதில் சந்தேகமில்லை.

அந்த ஹெலிகாப்டர் விமானிகள் உலகிலேயே சிறந்த விமானிகள் என்பதில் எனக்குச் சந்தேகம் இருக்கவில்லை என்றாலும், இது ஓர் ஆபத்தான தாக்குதல் என்பதையும் மறுக்க முடியாது. அந்த மூன்று ஹெலிகாப்டர்களும் இறங்குவதற்கு அந்த வளாகத்தில் போதிய இடம் இருந்தாலும், அவை ஒன்றோடொன்று மிகவும் நெருக்கமாகத் தரையிறக்கப்பட வேண்டியிருக்கும். அதோடு, அந்த வளாகத்தின் சுற்றுச்சுவரின் உயரம் எட்டடி இருந்ததால், அதை அணுகிய பிறகு அதற்குள் இறங்குவதற்கு அவர்கள் கடைசி நேரத்தில் தங்களுடைய பறக்கும் கோணத்தை ஆபத்தான விதத்தில் மாற்ற வேண்டியிருந்தது. மொத்தத்தில் அது ஒரு கடினமான தரையிறக்கலாகவே இருக்கவிருந்தது தெளிவாயிற்று. அது குறித்து அக்குழுவினர் தங்களுக்குள் பேசிக் கொண்டதை என்னால் தெளிவாகக் கேட்க முடிந்தது.

அந்த வளாகத்தை அடைந்த முதல் ஹெலிகாப்டர் அங்குத் தரையிறங்கியதை நான் என் முன்னால் இருந்த திரையில் பார்த்துக் கொண்டிருந்தேன். அந்த ஹெலிகாப்டரில் இருந்த மீட்புப் படையினர் உடனடியாகக் கீழே குதித்து அக்கட்டடத்திற்குள் பாய்ந்து ஓடினர். அந்த முதல் ஹெலிகாப்டரின் வாலைப் பிடித்துக் கொண்டு வந்த இரண்டாவது ஹெலிகாப்டரும் முதல் ஹெலிகாப்டரிலிருந்து ஒரு சில அடிகள் தள்ளித் தரையிறங்கியது. உடனடியாக, அதன் இறக்கை கிளப்பிய புழுதி வானை நோக்கிப் பறந்தது. மூன்றாவது ஹெலிகாப்டர் அந்த வளாகத்தை அடைந்தபோது,

அந்தப் புழுதியின் காரணமாக, அந்த விமானிக்குத் தெளிவான காட்சி கிடைக்கவில்லை. அவருடைய ஹெலிகாப்டர் அந்தச் சுற்றுச்சுவரை ஒரு சில அங்குல இடைவெளியில் கடந்துவிட்டபோதிலும், அதன் பின்சக்கரம் அந்த சுவரின் மேல்பகுதியில் உரசியது. செங்கல்கள் உடைந்து நொறுங்கின. எப்படியோ அந்த விமானி அந்த ஹெலிகாப்டரைப் பலத்தச் சத்தத்துடன் தரையிறக்கினார். நல்ல வேளையாக யாருக்கும் எதுவும் ஆகவில்லை.

ஒரு சில நிமிடங்கள் கழித்து, அனைத்துப் பிணையாளிகளும் பாதுகாப்பாக இருந்ததாக எனக்குத் தகவல் வந்தது. அடுத்த முப்பது நிமிடங்களுக்குள் மீட்புக் குழுவினரும் பிணையாளிகளும் ஒரு பாதுகாப்பான இடத்திற்கு வந்து சேர்ந்தனர். என்னுடைய சூதாட்டம் வெற்றி பெற்றது.

அடுத்தப் பத்தாண்டுகளின் ஊடாக, தங்களுடைய நடவடிக்கைகள் அனைத்திலும் ஆபத்துக் கணிசமான அளவில் கலந்திருக்கும் என்பதைச் சிறப்பு இராணுவப் படையினர் அறிந்திருந்தனர் என்ற புரிதல் எனக்கு ஏற்பட்டது. வெற்றியை அடைவதற்காக அவர்கள் எப்போதும் தங்களால் முடிந்த அளவு சிறப்பாகச் செயல்படுவதற்குத் தங்களுடைய உடல், பொருள், ஆவி அனைத்தையும் கொடுக்கத் தயாராக இருந்தனர். அவர்கள் பயன்படுத்திய கருவிகள் மற்றும் சாதனங்களிலிருந்தும் அவர்கள் உச்சகட்டப் பயனைப் பெற முயற்சித்தனர்.

இதுதான் மற்றவர்களிடமிருந்து அவர்களை வித்தியாசப்படுத்துகிறது. இது வெளியில் உள்ளவர்களுக்குத் தெரியாது என்றாலும், எதார்த்தத்தில் அவர்கள் கண்களை மூடிக் கொண்டு ஆபத்தில் குதிப்பதில்லை. அவர்கள் எதிர்கொள்ளவிருக்கின்ற ஆபத்துக் குறித்து அவர்கள் அலசுகின்றனர், அதை எடைபோட்டுப் பார்க்கின்றனர், அமைதியாகச் சிந்தித்து ஒரு சீரான முடிவுக்கு வருகின்றனர் என்பதுதான் உண்மை. அதில் குதிப்பவர்கள் தங்களுடைய வரம்பு எது என்று அறிந்துள்ளபோதிலும், அதை முயன்று பார்ப்பதற்குத் தேவையான திறன் தங்களுக்கு இருக்கிறது என்று நம்புகின்றனர்.

சுருக்கமாக எஸ்ஏஎஸ் என்று அழைக்கப்படுகின்ற, பிரிட்டனின் 'ஸ்பெஷல் ஏர் சர்வீசஸ்' அமைப்பின்மீது எனக்கு எப்போதுமே அலாதி மரியாதை உண்டு. 'துணிந்தவனுக்கே வெற்றி' என்பது அவர்களின் குறிக்கோள் வாசகம். அந்த வாசகம் உலகெங்குமுள்ள இராணுவத்தினரால் பெரிதும் சிலாகிக்கப்படுகின்ற ஒன்று. ஒசாமா பின் லேடன் தங்கியிருந்த வீட்டின்மீது தாக்குதல் தொடுத்த நேவி சீல் வீரர்களுக்குத் தலைமை தாங்கிய கிறிஸ் ஃபாரிஸ், அந்தத் தாக்குதலுக்கு முன்பு அந்த வாசகத்தைத் தன் குழுவில் இருந்த வீரர்களுக்குச் சொல்லி அவர்களுக்கு ஊக்கமூட்டினார். என்னைப் பொறுத்தவரை, அந்தக் குறிக்கோள் வாசகம், பிரிட்டனின் சிறப்பு இராணுவப் படையினர் ஒரு குழு என்ற முறையில் எப்படி இயங்க வேண்டும் என்பதற்கான

ஒன்று மட்டும் அல்ல; நாம் அனைவருமே நம் வாழ்க்கையை எப்படி அணுக வேண்டும் என்பதற்கான வழிகாட்டுதலாகவும் அது இருக்க வேண்டும்.

வாழ்க்கை என்பது ஒரு போராட்டம். தோல்விக்கான சாத்தியக்கூறு என்ற கத்தி நம் தலைக்கு மேல் எப்போதுமே தொங்கிக் கொண்டிருக்கிறது. ஆனால், தோல்வி, அவதி, அவமான உணர்வு போன்ற பயத்துடனேயே எப்போதும் வாழ்ந்து கொண்டிருப்பவர்களால் தங்களிடம் இருக்கின்ற முழு ஆற்றலையும் ஒருபோதும் தங்களுக்குச் சாதகமாகப் பயன்படுத்திக் கொள்ள முடியாது. உங்களுடைய வரம்பெல்லையை அதிகரித்துக் கொள்ளாமல், எப்போதாவது கயிற்றில் தலைகுப்புறச் சறுக்கிக் கொண்டு வராமல், துணிந்து காரியங்களில் இறங்காமல், உங்களுடைய வாழ்க்கையில் உங்களால் உண்மையிலேயே என்ன சாதிக்க முடியும் என்பதை ஒருபோதும் கண்டுபிடிக்க முடியாது.

அத்தியாயம் 7

பலவீனமானவர்களைத் தாக்குபவர்களை எதிர்த்து நில்லுங்கள்

நீங்கள் இந்த உலகை மாற்ற விரும்பினால் . . .

சுறாக்களிடமிருந்து ஒருபோதும் பின்வாங்காதீர்கள்!

கொரனாடோவை ஒட்டிய கடற்பகுதியில் அந்த இரவில் நாங்கள் எங்களுடைய வழக்கமான நான்கு—மைல் பயிற்சியில் ஈடுபட்டிருந்தோம். நீர் கடும் குளிராக இருந்தது. அலைகள் சிறியவையாக இருந்தாலும் தொடர்ச்சியாக வந்து கொண்டிருந்தன. என்னுடைய நீச்சல் தோழர் மார்க் எனக்கு ஈடுகொடுத்து என்னோடு நீந்திக் கொண்டிருந்தார். தொளதொளவென்றிருந்த ஒரு நீச்சல் ஆடை, முகமூடி, துடுப்புக் காலணிகள் ஆகியவற்றை அணிந்திருந்த நாங்கள், கடலின் நீரோட்டத்தின் போக்கிற்கு எதிராக நீந்திக் கொண்டிருந்தோம். நாங்கள் ஆழ்கடலை நோக்கி நீந்திக் கொண்டிருந்ததால், எங்களுடைய கடற்படைத் தளத்திலிருந்து வந்த ஒளி மெதுவாக மங்கலாகிக் கொண்டே வந்தது. நாங்கள் சுமார் ஒரு மணி நேரம் நீந்தியிருந்தபோது, கரையிலிருந்து சுமார் ஒரு மைல் தூரத்தில் நாங்கள் இருந்தோம். வேறு எவரும் எங்களுடன் இருந்ததுபோலத் தெரியவில்லை. அந்தக் கும்மிருட்டில், எங்களுடைய சக நீச்சல்காரர்கள் எங்கே இருந்தனர் என்பது எங்களுக்குத் தெரியவில்லை.

மார்க் அணிந்திருந்த முகமூடியிலிருந்த கண்ணாடியின் வழியாக அவருடைய கண்களை என்னால் பார்க்க முடிந்தது. அதில் எனக்குத்

தெரிந்த அதே உணர்ச்சி வெளிப்பாட்டை அவர் என் கண்களிலும் பார்த்திருக்க வேண்டும். அது சுறா மீன்கள் நிறைந்த பகுதி என்பதை நாங்கள் இருவருமே அறிவோம். சுறாக்களில் பல வகைகள் உண்டு என்றாலும், அப்பகுதியில் வலம் வந்து கொண்டிருந்தவை வெள்ளைச் சுறாக்கள். சுறாக்களில் வெள்ளைச் சுறாக்கள்தாம் அளவில் மிகவும் பெரியவை, மிகவும் மூர்க்கத்தனமானவை, மனிதர்களை இரையாகக் கொள்பவை. அன்று நாங்கள் எங்களுடைய நீச்சலைத் துவக்குவதற்கு முன்பாக, அப்பகுதியில் இருந்த ஆபத்துகளைப் பற்றி எங்களுடைய பயிற்றுவிப்பாளர்கள் எங்களுக்குத் தெளிவாக எடுத்துரைத்திருந்தனர். சிறுத்தைச் சுறாக்கள், மாக்கோ சுறாக்கள், கொம்பன் சுறாக்கள், கீரிப்பல்லன் சுறாக்கள் போன்ற பல வகைச் சுறாக்கள் அங்கு இருந்தபோதிலும், எங்களுக்குப் பெரும் கிலியை ஏற்படுத்தியவை வெள்ளைச் சுறாக்கள்தாம்.

ஒரே கடியில் உங்களை இரண்டு துண்டுகளாக ஆக்கக்கூடிய ஆற்றல் படைத்தப் பயங்கரமான ஜீவன்கள் உங்களுடைய கால்களுக்குக் கீழே சுற்றி வந்து கொண்டிருக்கின்றன என்ற நிதர்சனத்துடன், இரவில் ஆழ்கடலின் நடுவே தனியாக இருப்பது என்பது குலை நடுங்க வைக்கின்ற ஒன்றுதான்.

நாங்கள் இருவரும் எப்பாடுபட்டாவது நேவி சீல் வீரர்களாக ஆகிவிட வேண்டும் என்று கங்கணம் கட்டிக் கொண்டிருந்ததால், கடலில் இருந்த எதுவும் எங்களுடைய இலட்சியத்திற்குக் குறுக்கே வருவதை

நாங்கள் அனுமதிக்கப் போவதில்லை என்பதில் நாங்கள் உறுதியாக இருந்தோம். அதற்காக நாங்கள் சுறாக்களுடன் சண்டையிட வேண்டியிருந்தால், அதற்கும் நாங்கள் தயாராகத்தான் இருந்தோம். எங்களுடைய இலட்சியம் கௌரவமான ஒன்று என்று நாங்கள் ஆழமாக நம்பியதால், அது எங்களுக்குப் பெரும் துணிச்சலைக் கொடுத்தது. துணிச்சல் ஓர் அசாத்தியமான பண்புநலன். அது உங்களிடம் இருந்தால், எவரொருவராலும் அல்லது எதுவொன்றாலும் உங்களுடைய பாதையை அடைத்துக் கொண்டு நிற்க முடியாது. உங்களிடம் துணிச்சல் இல்லையென்றால், நீங்கள் செல்ல வேண்டிய பாதையைப் பிறர்தான் தீர்மானிப்பார்கள். அது இல்லையென்றால், வாழ்க்கையின் சபலங்களின் தயவில் நீங்கள் காலத்தை ஓட்ட வேண்டியிருக்கும். மக்களிடம் துணிச்சல் இல்லாவிட்டால், அவர்களைக் கொடுங்கோலர்களும் ஈனர்களும்தாம் ஆண்டு கொண்டிருப்பர். துணிச்சல் இல்லாமல் எந்தவொரு சிறந்த நாகரிகத்தாலும் செழித்துத் தழைக்க முடியாது. துணிச்சல் இல்லையெனில், பலவீனமானவர்களைத் தாக்குபவர்களுக்குக் குளிர்விட்டுப் போகும். துணிச்சல் மட்டும் இருந்தால், உங்களால் எந்த இலக்கையும் அடைய முடியும். அதன் உதவியைக் கொண்டு, உங்களால் தீயவற்றை எதிர்த்து நிற்க முடியும், அவற்றை முறியடிக்க முடியும்.

***

சதாம் உசேன் அந்தக் கட்டிலின் விளிம்பில் உட்கார்ந்திருந்தார். இருபத்து நான்கு மணி நேரத்திற்கு முன்பு அமெரிக்கப் படைகளால் கைது செய்யப்பட்டிருந்த அவர் இப்போது அமெரிக்காவின் கைதியாக இருந்தார், கைதிகள் அணிகின்ற ஆரஞ்சு நிறச் சிறைச் சீருடையை அணிந்திருந்தார்.

நான் அந்த அறையின் கதவைத் திறந்து, ஈராக்கின் புதிய தலைவர்களை அந்த அறைக்குள் அனுமதித்தேன். சதாம் தான் இருந்த இடத்திலேயே அமர்ந்திருந்தார். அவருடைய முகத்தில் ஓர் ஏளனப் புன்னகை தவழ்ந்து கொண்டிருந்தது. அவருடைய நடத்தையில் எந்தவிதமான குற்றவுணர்வும் இருக்கவில்லை. உள்ளே நுழைந்த நான்கு ஈராக்கியத் தலைவர்களும் உடனடியாக சதாமை நோக்கிக் கத்தத் தொடங்கிவிட்டனர். ஆனால், அவர்கள் சதாமிடமிருந்து சற்றுப் பாதுகாப்பான தூரத்தில் இருந்ததை அவர்கள் உறுதி செய்து கொண்டனர். ஓர் ஏளனப் பார்வையுடன் சதாம் அவர்களை நோக்கி ஓர் இளக்காரமான புன்முறுவலை உதிர்த்துவிட்டு, உட்காருமாறு அவர்களுக்குச் சைகை செய்தார். தங்களுடைய முன்னாள் சர்வாதிகாரி குறித்து இப்போதும் அச்சம் கொண்டிருந்த அந்தத் தலைவர்கள், உடனே அங்கிருந்த நாற்காலிகளை இழுத்துப் போட்டு அவற்றின்மீது அமர்ந்தனர். கூச்சலும் பரஸ்பரக் குற்றம் சாட்டுதலும் தொடர்ந்தன. அந்த முன்னாள் சர்வாதிகாரி பேசத் துவங்கியதும் கூச்சல்களும் குழப்பங்களும் அடங்கின.

சதாம் ஈராக்கை ஆண்டு கொண்டிருந்தபோது, அவருடைய பாத் கட்சி, ஆயிரக்கணக்கான ஷியா ஈராக்கியர்களின் படுகொலைக்கும், இலட்சக்கணக்கான குர்துக்கள் கொன்று குவிக்கப்பட்டதற்கும் காரணமாக இருந்தது. தனக்கு விசுவாசமாக நடந்து கொள்ளவில்லை என்ற காரணத்திற்காகத் தன்னுடைய சொந்தப் படைத் தளபதிகளை சதாம் உசேனே தன் கைப்படக் கொன்றிருந்தார்.

அங்கிருந்த ஈராக்கியத் தலைவர்களுக்கு இனியும் சதாம் உசேன் ஓர் அச்சுறுத்தல் அல்ல என்று நான் உறுதியாக நம்பினாலும், அத்தலைவர்களுக்கு அந்த நம்பிக்கை இருக்கவில்லை. அவர்களுடைய கண்களில் பயம் வெளிப்படையாகத் தெரிந்தது. 'பாக்தாத்தின் கசாப்புக்காரன்' என்ற பட்டப்பெயருக்குச் சொந்தக்காரராக விளங்கிய சதாம் உசேன் பல ஆண்டுகளாக மொத்த ஈராக்கையும் நடுநடுங்க வைத்துக் கொண்டிருந்தார். அவரைச் சுற்றியிருந்த கொலைவெறியர்களால் இலட்சக்கணக்கான அப்பாவி மக்கள் ஈவிரக்கமின்றிக் கொன்று குவிக்கப்பட்டனர்; ஆயிரக்கணக்கானோர் நாட்டைவிட்டுத் துரத்தப்பட்டனர். அந்தச் சர்வாதிகாரியை எதிர்ப்பதற்கான துணிச்சல் ஈராக்கில் இருந்த எவருக்கும் இருக்கவில்லை. சிறைக் கம்பிகளுக்குப் பின்னால் இருந்தால்கூட சதாம் உசேன் தங்களை ஏதாவது செய்துவிடுவாரோ என்று இப்புதிய தலைவர்கள் அஞ்சினர் என்று நான் சந்தேகத்திற்கு இடமில்லாமல் நம்பினேன்.

சதாம் உசேன் இனியும் ஈராக்கின் அதிகாரத்தில் இருக்கவில்லை என்பதை வெளிப்படுத்துவது அந்தச் சந்திப்புக்கூட்டத்தின் நோக்கமாக இருந்திருக்குமெனில் அது முற்றிலுமாகத் தோல்வியடைந்திருந்தது. அந்தக் குறைந்த நேரத்திற்கு உள்ளாகவே, சதாம், ஈராக்கின் அப்புதிய தலைவர்களை மிரட்டி, அவர்களிடம் பயத்தை ஏற்படுத்துவதில் வெற்றி பெற்றிருந்தார். இன்னும் சொல்லப் போனால், அவர் அந்தச் சந்திப்புக்கு முன்பு இருந்ததைவிட அதிகத் தன்னம்பிக்கையுடன் காணப்பட்டார்.

ஈராக்கின் புதிய தலைவர்கள் விடைபெற்றுச் சென்றவுடன், நான் சதாம் உசேனை ஒரு சிறிய அறையில் தனிமைப்படுத்துமாறு என் படைவீரர்களுக்கு உத்தரவிட்டேன். இனி அவரைப் பார்க்க எவருக்கும் அனுமதி இல்லை என்று நான் அறிவித்தேன். அதோடு, அவரைக் காவல் காத்த என் வீரர்கள் அவரோடு பேசுவதற்கும் நான் தடை விதித்தேன்.

அடுத்த ஒரு மாதத்திற்கு நான் தினமும் அந்த அறைக்குச் சென்று சதாமைப் பார்த்தேன். ஒவ்வொரு முறையும் சதாம் எழுந்து நின்று என்னை வரவேற்றார். நான் எதுவும் பேசாமல் அவரைத் தன் கட்டிலில் உட்காரும்படி சைகை செய்தேன். சைகைகளின் மூலம் நான் தெரிவித்தத் தகவல் தெளிவானது. அவர் இனியும் ஒரு முக்கியமான நபர் அல்லர் என்பதுதான் அது. தன்னைச் சுற்றி இருந்தவர்களை அவரால்

இனியும் மிரட்டிக் கொண்டிருக்க முடியாது. தன் அருகே இருப்பவர்களின் மனத்தில் பயத்தை விதைப்பது இனியும் அவருக்குச் சாத்தியப்படாது. தகதகவென்று மின்னிக் கொண்டிருந்த அரண்மனை இப்போது அவருக்கு எட்டாக்கனியாக ஆகியிருந்தது. அதிகாரத்தோடு கொக்கரிப்பதற்குத் தளபதிகள், பணிப்பெண்கள், வேலைக்காரர்கள் என்று எவரும் இருக்கவில்லை. இப்போது அவர் பல் பிடுங்கப்பட்ட ஒரு பாம்பாக ஆகியிருந்தார். அவருடைய ஆட்சியின் அங்கமாக இருந்த அடக்குமுறைகளும் ஒடுக்குமுறைகளும் முடிவுக்கு வந்துவிட்டிருந்தன. துணிச்சல்மிக்க அமெரிக்க வீரர்கள் அவருடைய கொடுங்கோன்மைக்கு எதிராகப் போராடி அவரைக் கீழே இறக்கியிருந்தனர். அவர் இனியும் எவருக்கும் அச்சுறுத்தலாக இருக்கவில்லை.

முப்பது நாட்கள் கழித்து நான் அவரை இராணுவக் காவல்துறையிடம் முறைப்படி ஒப்படைத்தேன். ஓராண்டு கழித்து, தன் நாட்டுக்கு எதிராக அவர் இழைத்தக் குற்றங்களுக்காக ஈராக்கியர்கள் அவரைத் தூக்கிலிட்டுக் கொன்றனர்.

பலவீனமானவர்களைத் துன்புறுத்துபவர்கள் அனைவரும் ஒரே மாதிரியானவர்கள்தாம். பள்ளிகளில் பிற மாணவர்களைச் சீண்டி அவர்களை உடல்ரீதியாகவும் மனரீதியாகவும் துன்புறுத்துகின்ற மாணவர்கள், அலுவலகச் சூழலில் தங்களுடைய சகாக்களைச் சீண்டுகின்ற ஊழியர்கள், பயத்தால் ஒரு நாட்டை ஆட்டுவிக்கின்ற கொடுங்கோலர்கள்

ஆகிய அனைவரும் இதில் அடக்கம். பிறருடைய பயத்தால் அவர்கள் கொழிக்கின்றனர். தங்களுடைய இரையின் பயத்தை உணர்கின்ற சுறாமீன்களைப் போன்றவர்கள் அவர்கள். தங்களுடைய இரை தங்களைக் கண்டு நடுங்கிக் கொண்டிருக்கிறதா என்பதை அறிய, அவர்கள் தங்களுடைய இரையைச் சுற்றி வருவர்; தங்களுடைய பலியாடுகள் பலவீனமாக இருக்கின்றனவா என்று அவர்கள் மோப்பம் பிடிப்பர். அவர்களை எதிர்கொள்கின்ற துணிச்சலை நீங்கள் வெளிக்காட்டாவிட்டால், அவர்கள் உங்களைத் தாக்குவர். வாழ்க்கையில் நீங்கள் உங்களுடைய இலக்குகளை அடைவதற்கு, உங்களுடைய இரவு நேர நீச்சலை நிறைவு செய்வதற்கு, நீங்கள் துணிச்சல்மிக்க நபராக இருத்தல் வேண்டும். அந்தத் துணிச்சல் நம் ஒவ்வொருவருக்குள்ளும் இருக்கிறது. உங்களுக்குள் சென்று ஆழமாகத் தோண்டுங்கள். அப்போது, உங்களிடம் கொட்டிக் கிடப்பதை நீங்களே கண்டுபிடிப்பீர்கள்.

அத்தியாயம் 8

இக்கட்டான நேரங்களில் வீறு கொண்டு எழுங்கள்

நீங்கள் இந்த உலகை மாற்ற விரும்பினால் . . .

இருளான கணங்களில், உங்களால் எவ்வளவு சிறப்பாகச் செயல்பட முடியுமோ அவ்வளவு சிறப்பாகச் செயல்படுங்கள்!

நான் அந்தத் தீபகற்பத்தின் ஒரு பகுதியிலிருந்த கடற்கரையில் நின்று கொண்டு எதிர்க்கரையில் எங்களுடைய கடற்படைத் தளத்தில் நிறுத்தி வைக்கப்பட்டிருந்த கப்பல்களைப் பார்த்துக் கொண்டிருந்தேன். நாங்கள் நின்று கொண்டிருந்த இடத்திற்கும், அந்தக் கப்பற்படைக் கப்பல்களுக்கும் இடையே சான்டியாகோ விரிகுடாவில் ஒரு சிறிய கப்பல் நங்கூரமிட்டு நின்று கொண்டிருந்தது. எங்களுடைய இன்றைய 'இலக்கு' அதுதான். கடந்த சில மாதங்களாக, ஸ்கூபா டைவிங் பயிற்சி, குமிழிகளற்ற நீச்சல் பயிற்சி, எமர்சன் நீர்மூழ்கி சுவாசக் கவசப் பயன்பாட்டுப் பயிற்சி போன்ற பலதரப்பட்ட நீர்மூழ்கிப் பயிற்சிகளை நாங்கள் பெற்றிருந்தோம். அவற்றின் முத்தாய்ப்பாக விளங்கிய 'டைவ் பேஸ்' என்ற ஒன்றைத்தான் அன்று நாங்கள் மேற்கொள்ளவிருந்தோம். நேவி சீல் பயிற்சிகளிலேயே மிகவும் கடினமான ஒன்றாக அது கருதப்பட்டது.

புறப்பட்ட இடத்திலிருந்து முழுவதுமாகக் கடலுக்கு அடியிலேயே நீந்திச் சென்று, இரண்டு கிலோமீட்டர் தூரத்தில் இருந்த எங்களுடைய இலக்குக் கப்பலை அடைவதுதான் எங்களுடைய அன்றைய நோக்கமாக இருந்தது. நங்கூரமிட்டு நிறுத்தப்பட்டிருந்த அந்தக் கப்பல் இருந்த

இடத்தை நாங்கள் அடைந்தவுடன், நாங்கள் எங்களுடன் கொண்டு சென்றிருந்த, காந்த சக்தியுள்ள, பயிற்சிக்காகப் பயன்படுத்தப்படுகின்ற 'லிப்பட்' கண்ணிவெடியை அக்கப்பலின் அடிப்பாகத்தில் நாங்கள் பொருத்த வேண்டும். பிறகு, நாங்கள் யாராலும் கண்டுபிடிக்கப்படாமல் மீண்டும் கரைக்குத் திரும்பிவிட வேண்டும். எமர்சன் நீர்மூழ்கி சுவாசக் கவசம், 'சாவுக் கவசம்' என்ற பட்டப் பெயரால் அழைக்கப்பட்டது. அது எப்போதாவது பழுதாவதற்குப் பெயர் பெற்றது. அதைப் பயன்படுத்தியதால் இறந்து போன பயிற்சி மாணவர்கள் குறித்தப் பல கதைகள் நேவி சீல் வீரர்களின் மத்தியில் பேசப்பட்டன.

இரவில் சான்டியாகோ விரிகுடாப் பகுதி கும்மிருட்டாக இருக்கும். உங்களுடைய கையையே உங்களால் பார்க்க முடியாது. நீருக்கடியில் பயன்படுத்தப்படுகின்ற திசைகாட்டியிலிருந்து வருகின்ற ஒரு சிறு பச்சை நிற வெளிச்சத்தைத் தவிர வேறு ஒளி எதுவும் எங்கள் வசம் இருக்கவில்லை. நிலைமையை மேலும் மோசமாக்குவதுபோல, அப்போது மூடுபனி ஒன்று எங்களைச் சூழ்ந்து கொண்டது. அதனால் எங்களுடைய திசைகாட்டியைப் பார்த்துத் திசையை அறிவதுகூடச் சிரமமாக இருந்தது. நீங்கள் திசை தவறி அந்தக் கடற்பகுதியில் வேறு எங்காவது சென்றுவிட்டால், உங்கள் பாடு திண்டாட்டமாகிவிடும். ஏனெனில், அக்கடற்பகுதியில் அடிக்கடி பல போர்க்கப்பல்கள் வந்து போய்க் கொண்டிருக்கும்.

எங்களுடன் வந்திருந்த பயிற்றுவிப்பாளர்கள், அங்குக் குழுமியிருந்த இருபத்தைந்து ஜோடி மாணவர்களின் முன் அப்படியும் இப்படியுமாக நடந்து கொண்டிருந்தனர். மாணவர்களாகிய எங்களைப்போலவே அவர்களும் பதற்றத்துடன் இருந்ததுபோலத் தெரிந்தது. மற்றப் பயிற்சிகளைக் காட்டிலும் இந்தப் பயிற்சியில், இதில் ஈடுபட்டிருந்த மாணவர்கள் இறப்பதற்கோ அல்லது காயமடைவதற்கோ அதிகமான சாத்தியக்கூறுகள் இருந்தன.

தலைமைப் பயிற்றுவிப்பாளர் எங்கள் அனைவரையும் வட்ட வடிவமாக நிற்கச் சொன்னார். பின் அவர் எங்களிடம் பேசத் துவங்கினார்: “உங்களில் யார் உண்மையிலேயே நேவி சீல் வீரராக விரும்புகிறீர்கள் என்பது இன்று இரவு தெரிந்துவிடும். கடல் மிகவும் குளிராகவும் இருட்டாகவும் இருக்கிறது. கப்பலுக்கு அடியில் இன்னும் அதிக இருட்டாக இருக்கும். உங்களை நிலைகுலையச் செய்யும் அளவுக்கு அது கும்மிருட்டாக இருக்கும். நீங்கள் உங்களுடைய நீச்சல் தோழரிடமிருந்து பிரிந்துவிட்டால், அவரால் உங்களைத் தேடிக் கண்டுபிடிக்க முடியாது.” இப்போது மூடுபனி எங்கள் அனைவரையும் நன்றாகச் சூழ்ந்து கொண்டது. அவர் தன் பேச்சைத் தொடர்ந்தார்: “இன்று நீங்கள் உங்களால் முடிந்த அளவு சிறப்பாகச் செயல்பட வேண்டியிருக்கும். உங்களுடைய பயங்களை, உங்களுடைய சந்தேகங்களை, மற்றும் உங்களுடைய அதீதக் களைப்பை மீறி நீங்கள் இயங்க வேண்டும். நீங்கள்

பயணிக்கின்ற பாதை எவ்வளவு இருட்டாக இருந்தாலும், நீங்கள் உங்களுடைய பணியை முடித்தே ஆக வேண்டும். அதுதான் உங்களை மற்றவர்களிடமிருந்து வித்தியாசப்படுத்தும்." எப்படியோ அந்த வார்த்தைகள் அடுத்த முப்பது ஆண்டுகளுக்கும் மேலாக என்னுடன் ஒட்டிக் கொண்டுவிட்டன.

***

ஆப்கானிஸ்தானில் இருந்த அமெரிக்க இராணுவத் தளமான பக்ராம் விமானத் தளத்தில் நான் நின்று கொண்டிருந்தேன். அப்போது அதை மூடுபனி சூழ்ந்து கொண்டது. மற்றொரு இருண்ட கணம் என் கண் முன்னால் அரங்கேறிக் கொண்டிருந்தது. பிரம்மாண்டமான சி–17 விமானம் ஒன்று அங்கு நின்று கொண்டிருந்தது. அதன் சாய்வான பின்புறக் கதவு திறக்கப்பட்டிருந்தது. வீர மரணம் அடைந்த ஒரு வீரனின் உடல் ஏற்றப்படுவதற்காக அந்த விமானம் காத்துக் கொண்டிருந்தது.

அதற்குச் 'சாய்வுத்தளச் சடங்கு' என்று பெயர்.

அது வழமையான ஒரு சடங்காக இருந்த அதே நேரத்தில், ஈராக் மற்றும் ஆப்கானிஸ்தான் போர்களில் மிகவும் உத்வேகமூட்டிய ஒரு நிகழ்வாகவும் இருந்தது என்பதில் மாற்றுக் கருத்து இருக்க முடியாது. போரில் ஈடுபட்டிருந்த வீரர்களின் பின்புலம் குறித்தப் பாரபட்சமின்றி, அவர்கள் தீவிரமாகச் செயல்பட்டார்களா இல்லையா என்று

அவர்களுடைய போர்ப்பணி குறித்த அலசல்கள் எதுவுமின்றி, வீரமரணம் அடைந்த அனைத்து வீரர்களுக்கும் ஒரே மாதிரியான கௌரவம் வழங்கப்பட்டது. அவர்களுடைய தியாகங்களுக்குத் தேசம் அளித்த அங்கீகாரம் அது. எங்களுடைய கடைசி சல்யூட்டுடன், எங்களுடைய இறுதி நன்றி நவில்தலுடன், கடைசிப் பிரார்த்தனையுடன் அவர்கள் அவர்களுடைய தாய்நாட்டுக்கு அனுப்பி வைக்கப்பட்டார்கள்.

அந்த விமானத்தின் சாய்வுத்தளத்தை ஒட்டி, இரு பக்கங்களிலும் வரிசையாகப் பல வீரர்கள் நின்று கொண்டிருந்தனர். சற்றுத் தள்ளி நின்று கொண்டிருந்த, மூன்று பேர் அடங்கிய ஒரு சிறிய இசைக் குழு, 'அமேஸிங் கிரேஸ்' என்ற தோத்திரப் பாடலை மென்மையாக இசைத்துக் கொண்டிருந்தது.

நானும் இன்னும் ஒரு சிலரும் அந்தச் சவப்பெட்டிக்கு இடப்புறமாக நின்று கொண்டிருந்தோம். சற்றுத் தொலைவில், அமெரிக்கத் தரைப்படை, கடற்படை, மற்றும் விமானப்படையைச் சேர்ந்த நூற்றுக்கணக்கான வீரர்கள், இராணுவத்தைச் சேராத நபர்கள், அமெரிக்காவின் நேச நாடுகளைச் சேர்ந்த வீரர்கள் மற்றும் பிறர் நின்று கொண்டிருந்தனர். அவர்கள் அனைவரும், வீரமரணம் அடைந்திருந்த வீரருக்குத் தங்களுடைய இறுதி அஞ்சலியைச் செலுத்த வந்திருந்தனர்.

முன்பே குறிக்கப்பட்டிருந்த சரியான நேரத்தில்

அந்த வீரருடைய உடல் அடங்கிய சவப்பெட்டி ஒரு வாகனத்தில் அங்கு வந்து சேர்ந்தது. அவருடைய படைப்பிரிவைச் சேர்ந்த ஆறு பேர், அமெரிக்கக் கொடியால் மூடப்பட்டிருந்த அந்த சவப்பெட்டியைத் தூக்கிக் கொண்டு, அணிவகுத்து நின்ற வீரர்களின் ஊடாக மெதுவாக நடந்து சென்று, அந்த விமானத்தின் சாய்வுத்தளத்தின்மீது ஏறி விமானத்திற்குள் சென்றனர்.

அவர்கள், விமானத்தில் சரக்குகள் வைக்கப்படுகின்ற இடத்தின் மத்தியில் அந்தச் சவப்பெட்டியை வைத்துவிட்டு, நிமிர்ந்து விறைப்பாக நின்று சல்யூட் அடித்தனர். அந்தச் சவப்பெட்டியின் தலைமாட்டுக்குப் பக்கத்தில் இருந்த பாதிரியார் தன் தலையைத் தாழ்த்தி பைபிள் வாசகம் ஒன்றைப் படித்தார்.

இறுதிச் சடங்கின்போது வாசிக்கப்படுகின்ற பாடல் இசைக்கப்பட்டபோது, அந்த வீரர்களின் கண்களிலிருந்து தாரைதாரையாகக் கண்ணீர் வழிந்தது. தங்களுடைய வலியை மறைக்க அவர்கள் அங்கு எந்த முயற்சியும் மேற்கொள்ளவில்லை.

அந்த ஆறு வீரர்களும் அங்கிருந்து அகன்றதும், மற்றவர்கள் ஒவ்வொருவராக வந்து தங்களுடைய அஞ்சலியைச் செலுத்தினர்.

அன்று காலையில் அந்த விமானம் அங்கிருந்து புறப்பட்டுச் செல்லவிருந்தது. எரிபொருள் நிரப்பப்படுவதற்காக அந்த விமானம்

அமெரிக்காவிலுள்ள டோவர் விமானப்படைத் தளத்தில் தரையிறங்கும். அங்கும் அந்த வீரருக்குப் பிற வீரர்களின் அணிவகுப்பு சகிதமாக கௌரவ அஞ்சலி செலுத்தப்படும். அங்குக் காத்திருக்கும் அவருடைய குடும்ப உறுப்பினர்களும் அவர்களோடு சேர்ந்து கொள்வர். அதற்குப் பிறகு அக்குடும்ப உறுப்பினர்களின் சொந்த ஊருக்கு, இராணுவப் பாதுகாப்புடன் அந்த வீரரின் சவப்பெட்டி எடுத்துச் செல்லப்படும்.

உங்களுக்குப் பிடித்தமான ஒருவரை இழப்பதைவிடக் கொடுமையான கணங்கள் வாழ்க்கையில் எதுவும் இருக்க முடியாது. ஆனால் குடும்பத்தினர், படைவீரர்கள், ஊர் என்று அனைவரும் ஒன்றுகூடி அந்தத் துக்கத்தைப் பகிர்ந்து கொள்ள முன்வந்திருந்ததை நான் மீண்டும் மீண்டும் பார்த்துக் கொண்டிருந்தேன்.

ஈராக்கில், அமெரிக்கச் சிறப்புப் படையைச் சேர்ந்த தீரமிக்க ஒருவர் கொல்லப்பட்டபோது, அவருடைய இரட்டைச் சகோதரர், துக்கத்தை அடக்க முடியாமல் தவித்துக் கொண்டிருந்த அந்த வீரரின் நண்பர்களுக்கு ஆறுதல் கூறிக் கொண்டிருந்ததை நான் பார்த்தேன்.

அதேபோல, ஆப்கானிஸ்தானில் தீரத்துடன் போரிட்டு வீரமரணம் அடைந்த ஓர் இளம் வீரரின் இறுதி ஊர்வலத்தில் அவருடைய மொத்த ஊரும் கலந்து கொண்டு அஞ்சலி செலுத்தியது.

ஆப்கானிஸ்தானில் சிவி–22 விமானம் ஒன்று விபத்துக்குள்ளானபோது அதிலிருந்த விமானியும் சில வீரர்களும் இறந்துவிட்டனர். அதே படைப்பிரிவைச் சேர்ந்த அனைவரும் அவர்களுடைய இறுதிச் சடங்கில் கலந்து கொண்டுவிட்டு, மறுநாளே வானில் பறக்கக் கிளம்பிவிட்டனர். இறந்து போன தங்களுடைய சக விமானிகள், அவர்கள் பாதியில் விட்டுச் சென்ற பணியைத் தாங்கள் தொடர்வது குறித்துப் பெருமை கொள்வார்கள் அவர்கள் நம்பினர். நெஞ்சை நெகிழ வைக்கின்ற இதுபோன்ற பல சம்பவங்கள் இருக்கின்றன.

நாம் அனைவருமே நம்முடைய வாழ்க்கையின் ஏதோ ஒரு கட்டத்தில் இருண்ட கணங்களை எதிர்கொள்ள வேண்டியிருக்கலாம். நேசத்திற்குரிய ஒருவரின் இழப்பு போன்ற ஒன்று உங்களுக்கு ஏற்படாதிருக்கலாம். அதற்குப் பதிலாக, உங்களைக் கசக்கிப் பிழிகின்ற, உங்களுடைய வருங்காலத்தைக் கேள்விக்குறிக்கு ஆளாக்கியுள்ள ஏதோ ஒன்று உங்களுக்கு நிகழ்ந்திருக்கலாம். அப்படிப்பட்ட இருண்ட கணங்களில் உங்களுக்குள் ஆழமாகச் சென்று, உங்களால் எவ்வளவு சிறப்பாகச் செயல்பட முடியுமோ அவ்வளவு சிறப்பாகச் செயல்படுங்கள்.

அத்தியாயம் 9

மக்களுக்கு நம்பிக்கையூட்டுங்கள்

நீங்கள் இந்த உலகை மாற்ற விரும்பினால் . . .

கழுத்தளவுச் சகதியில் புதைந்து கிடக்கும்போதுகூட ஒரு பாட்டுப் பாடுங்கள்!

அன்றிரவு கடற்காற்று மணிக்கு இருபது மைல் வேகத்தில் வீசிக் கொண்டிருந்தது. வானில் நிலவு தென்படவில்லை. மேகங்கள் நட்சத்திரங்களை மறைத்துக் கொண்டிருந்தன. மார்பளவு இருந்த சேற்றில் நான் அமர்ந்திருந்தேன். நான் தலை முதல் கால்வரை சேற்றில் குளித்திருந்தேன். அந்தப் பள்ளத்தில் எனக்கு அருகே என்னைப் போன்ற நிலையில் இருந்த என்னுடைய சகாக்கள் கோட்டோவியங்களைப்போலத் தெரிந்தனர்.

அது ஒரு புதன்கிழமை. அந்த வாரம் 'நரக வாரம்' என்று அழைக்கப்பட்டது. டிஜுவானா சகதி நிலம் என்ற இடத்தில் அப்பயிற்சி நடத்தப்பட்டது. நேவி சீல் பயிற்சியின் முதல் கட்டத்தின் முத்தாய்ப்பு நிகழ்ச்சி அதுதான். அப்பயிற்சியின்போது நாங்கள் ஆறு நாட்கள் தூங்கக்கூடாது. அதோடு, பயிற்றுவிப்பாளர்களின் தொல்லைகளும் அதிகமாக இருக்கும். நீண்ட தூர ஓட்டம், கடல் நீச்சல், தடைகளைக் கடக்கின்ற பயிற்சிகள், கயிறுகளில் ஏறுதல், கருவிகளின் உதவியில்லாமல் செய்யப்படுகின்ற உடற்பயிற்சிகள், சிறிய மிதவைப் படகுகளைத் துடுப்புப் போட்டுச் செலுத்துதல் போன்றவை அவற்றில் அடங்கும். ஒரு நேவி சீல் வீரனாக ஆவதற்கு ஏற்ற வலிமை இருக்கிறதா என்று சோதித்து, அப்படி இல்லாதவர்களை

வடிகட்டுவதுதான் அந்த நரக வாரத்தின் நோக்கம்.

மற்ற எந்தவொரு பயிற்சி நேரத்தையும்விட நரக வாரத்தில்தான் அதிகப்படியான மாணவர்கள் நேவி சீல் பயிற்சியிலிருந்து விலகுகின்றனர் என்று புள்ளிவிபரங்கள் தெரிவிக்கின்றன. அந்த வாரத்திலேயே மிகவும் கடினமானது சகதிக் குளியல்தான். தெற்கு சான்டியாகோவிற்கும் மெக்சிகோவிற்கும் இடைப்பட்டப் பகுதிதான் டிஜுவானா சகதி நிலப்பகுதியாகும். சான்டியாகோவின் கழிவுநீர் வந்து அங்கிருக்கின்ற மண்ணோடு கலந்து உருவானதுதான் அந்தச் சக்தியும் சேறும். அது ஈரமான களிமண்ணின் பதத்தில் இருக்கும்.

அன்று மாலையில் எங்களுடைய வகுப்பு மாணவர்கள், கொரனாடோவிலிருந்து மிதவைப் படகுகளில் துடுப்புப் போட்டு அங்கு வந்து சேர்ந்திருந்தோம். அங்கு வந்து சேர்ந்த உடனேயே சகதிக்குள் இறங்குமாறு நாங்கள் பணிக்கப்பட்டோம். அந்தச் சகதிக்குள்ளாகவே ஓட்டப் பந்தயங்கள் போன்றவை நடைபெற்றன. எங்களை ஈரமாகவும் குளிராகவும் பரிதாபகரமான நிலையிலும் வைத்திருப்பதுதான் அந்த நடவடிக்கைகளின் நோக்கமாக இருந்தது. அந்தச் சகதி எங்களுடைய உடலின் ஒவ்வொரு பகுதியிலும் ஒட்டிக் கொண்டது. அதன் ஊடாக நடந்து செல்வதே எங்களுக்குப் பெரும் களைப்பு ஏற்படுத்தியது, அது எங்களுடைய மனஉறுதியைக் கடுமையாகச் சோதித்தது.

அப்போட்டிகள் பல மணி நேரம் தொடர்ந்தன. இரவு நெருங்கியபோது, எலும்பை உறைய வைக்கின்ற அளவுக்குக் குளிர் அதிகரித்திருந்தது. இரவு தொடங்கியதும் குளிர் இன்னும் அதிகரித்தது, குளிர்காற்றின் வேகமும் கூடிக் கொண்டே போனது. எல்லாமே மேன்மேலும் கடினமாகிக் கொண்டிருந்ததுபோலத் தோன்றியது.

எங்களுடைய மன உறுதி படுவேகமாகக் குறைந்து கொண்டிருந்தது. அந்த வாரத்தில் இன்னும் மூன்று நாட்கள் வலிகளும் களைப்பும் பாக்கியிருந்தன. அப்பயிற்சியின் உக்கிரத்தை மாணவர்கள் கண்கூடாகப் பார்த்துக் கொண்டிருந்தனர். அதன் உண்மையான சொரூபம் அவர்களைப் பிடரியில் அடித்து உலுக்கிக் கொண்டிருந்தது. எங்களுடைய கட்டுப்பாட்டையும் மீறி எங்களுடைய உடல்கள் நடுங்கின. தொடர்ப் பயன்பாட்டின் காரணமாக எங்களுடைய கைகளும் கால்களும் வீங்கியிருந்தன. தோல் மிகவும் இளகிய நிலையில் இருந்தது. லேசான அசைவுகூட மிகுந்த அசௌகரியத்தைக் கொடுத்தது. பயிற்சியை நிறைவு செய்வோம் என்ற எங்களுடைய நம்பிக்கை மெதுவாக மங்கிக் கொண்டிருந்தது.

திடீரென்று, ஒரு பயிற்றுவிப்பாளர் மெதுவாக அடியெடுத்து வைத்து அந்தச் சகதிப் பள்ளத்தின் விளிம்புக்கு வந்தார். அவர் வைத்திருந்த கையடக்க ஒலிபெருக்கி ஒன்றின் மூலம், எங்களுடைய பழைய நண்பர் ஒருவர் எங்களுடன் பேசுவது போன்ற ஒரு குரலில் மென்மையாக எங்களுடன்

பேசத் துவங்கினார். பயிற்சியில் கஷ்டப்பட்டுக் கொண்டிருந்த மாணவர்களுக்குத் தான் ஆதரவு அளிக்கவிருந்ததாக அவர் கூறினார். சற்றுத் தொலைவில் தானும் பிற பயிற்றுவிப்பாளர்களும் மூட்டியிருந்த நெருப்பில் நாங்கள் குளிர்காயலாம் என்றும், எங்களுக்காகச் சூடான காபியும் சிக்கன் சூப்பும் காத்துக் கொண்டிருந்தன என்றும் அவர் தெரிவித்தார். சூரிய உதயம்வரை நாங்கள் எங்களை ஆசுவாசப்படுத்திக் கொள்ளலாம் என்றும் அவர் கூறினார். “எழுந்து வாருங்கள்,” என்று அவர் எங்களை அழைத்தார்.

எங்கள் குழுவிலிருந்த சில மாணவர்கள் அவருடைய அழைப்பை ஏற்றுக் கொள்ளத் தயாராக இருந்ததை என்னால் உணர முடிந்தது. இந்தச் சகதியில் இன்னும் எவ்வளவு நேரம் எங்களால் தாக்குப்பிடிக்க முடியும் என்று எங்களுக்குத் தெரியவில்லை. வெப்பத்தை அளிக்கின்ற நெருப்பு, சூடான காபி, சிக்கன் சூப் ஆகியவை எங்களைச் சுண்டியிழுத்தன. ஆனால் அதற்கு நாங்கள் அளிக்க வேண்டியிருந்த விலையைப் பிறகுதான் அவர் விவரித்தார். இந்த இராஜ உபசாரங்களை நாங்கள் பெற வேண்டுமென்றால், எங்கள் குழுவிலிருந்து ஐந்து பேர் மட்டும் பயிற்சியிலிருந்து விலகினால் போதும் என்று அவர் அறிவித்தார். அதன் மூலம், மற்ற மாணவர்கள் தங்களை இரவு முழுவதும் ஆசுவாசப்படுத்திக் கொள்ளலாம்.

என் அருகே இருந்த மாணவர் அந்தப் பயிற்றுவிப்பாளரை நோக்கி நகரத் துவங்கினார்.

நான் அவரைப் போகவிடாமல் இழுத்துப் பிடித்தேன். அந்தச் சகதியிலிருந்து வெளியேறிவிட வேண்டும் என்ற உந்துதல் அவரிடம் அதிகரித்திருந்ததால், அவர் என் பிடியை உதறிவிட்டு முன்னே செல்லத் துவங்கினார். எங்கள் பயிற்றுவிப்பாளரின் முகத்தில் ஒரு லேசான புன்னகை அரும்பியதை என்னால் பார்க்க முடிந்தது. ஒருவர் பயிற்சியிலிருந்து விலகிவிட்டால், இன்னும் பலரும் அவரோடு கண்டிப்பாகச் சேர்ந்து கொள்வர் என்பதை அவர் அறிந்திருந்தார்.

அப்போது, திடீரென்று காற்றின் ஊளைச் சத்தத்தையும் மீறி ஒரு குரல் கேட்டது. பாட்டுக் குரல். அக்குரல் களைப்பில் தோய்ந்திருந்தது, கரகரப்பாக இருந்தது. ஆனால் எங்கள் அனைவருக்கும் கேட்கும் அளவுக்குச் சத்தமாக இருந்தது. அதில் இடம் பெற்றிருந்த வார்த்தைகள் சரியாக உச்சரிக்கப்படவில்லை. ஆனால் அதன் இராகம் எல்லோரும் அறிந்த ஒன்று. அந்தத் தனிக் குரல் முதலில் ஒரு ஜோடிக் குரலானது. பின் அதனோடு மற்றொரு குரல் சேர்ந்து கொண்டது. கண்மூடித் திறப்பதற்குள் அந்தச் சகதியில் கிடந்த நாங்கள் அனைவரும் ஒருசேரப் பாடிக் கொண்டிருந்தோம்.

சகதியிலிருந்து வெளியேறுவதற்காக முன்னே சென்ற மாணவர் மீண்டும் திரும்பி வந்து தன் கைகளை என் கைகளோடு கோர்த்துக் கொண்டு, எங்களோடு சேர்ந்து பாடத் துவங்கினார்.

பாடுவதை நிறுத்துமாறு அப்பயிற்றுவிப்பாளர் தன்னுடைய ஒலிபெருக்கி மூலம் எங்களைப் பார்த்துக் கத்தினார். எவரும் அவருடைய பேச்சுக்குச் செவிசாய்க்கவில்லை. பாட்டை நிறுத்தச் சொல்லி எங்கள் குழுவின் தலைவனுக்கு அவர் உத்தரவிட்டார். ஆனால் பாட்டு நிற்காமல் தொடர்ந்தது. அந்தப் பயிற்றுவிப்பாளரின் அச்சுறுத்தல் அதிகரிக்க அதிகரிக்க எங்களுடைய குரலும் உயர்ந்து கொண்டே போனது. கடினமான சூழலைக் கண்டு அஞ்சாமல் அதை எதிர்த்து நின்று தொடர்வதற்கான மன உறுதி வலுவாகிக் கொண்டே போனது. அந்தப் பயிற்றுவிப்பாளரின் முகத்தில் ஒரு புன்னகை அரும்பியதைத் தூரத்தில் தென்பட்ட நெருப்பு வெளிச்சத்தில் என்னால் பார்க்க முடிந்தது. மீண்டும் நாங்கள் ஒரு முக்கியமான படிப்பினையைக் கற்றுக் கொண்டோம்: ஒரு குழுவை ஒன்றிணைப்பதற்குத் தனியொருவன் கொண்டுள்ள சக்திதான் அது. தன்னைச் சுற்றியுள்ள நபர்களை ஊக்குவிப்பதற்கும் அவர்களுக்கு நம்பிக்கையூட்டுவதற்கும் தனியொருவனுக்கு இருக்கின்ற சக்தி அது. நெஞ்சளவுச் சகதியில் மூழ்கியிருக்கின்றபோதும் அந்த ஒருவனால் பாட முடியுமென்றால், எங்களாலும் பாட முடியும். குருதியை உறைய வைக்கின்ற குளிரை அந்த ஒருவனால் தாங்கிக் கொள்ள முடியுமென்றால், எங்களாலும் அதைத் தாங்கிக் கொள்ள முடியும். அந்த ஒருவனால் எல்லாவற்றையும் தாக்குப்பிடித்து நிற்க முடியும் என்றால், எங்களாலும் முடியும்.

***

டோவர் விமானப்படைத் தளத்திலிருந்த அந்தப் பெரிய அறை, துக்கம் அனுசரித்துக் கொண்டிருந்த குடும்பத்தினரால் நிரம்பியிருந்தது. தேற்றப்பட முடியாத நிலையிலிருந்த குழந்தைகள் தங்களுடைய அன்னையரின் அரவணைப்பில் அழுது கொண்டிருந்தனர்; கைகோர்த்தல் தங்களுக்கு வலுவைக் கொடுக்கும் என்ற எண்ணத்தோடு, பெற்றோர் பிற பெற்றோரின் கைகளைப் பிடித்துக் கொண்டிருந்தனர்; நம்ப முடியாத திகைப்புத் தொக்கி நின்ற முகங்களோடு மனைவிமார்கள் தொலைதூரங்களை வெறித்துப் பார்த்துக் கொண்டிருந்தனர். ஐந்து நாட்களுக்கு முன்புதான், நேவி சீல் வீரர்கள், ஆப்கானிஸ்தான் சிறப்புப் படைப் பிரிவைச் சேர்ந்தவர்கள், தரைப்படையைச் சேர்ந்த விமானிகள் ஆகியோருடன் சென்ற ஒரு ஹெலிகாப்டர் ஆப்கானிஸ்தானில் சுட்டு வீழ்த்தப்பட்டிருந்தது. அதிலிருந்த 38 பேரும் கொல்லப்பட்டிருந்தனர். பயங்கரவாதத்திற்கு எதிரான போரில் ஒரே தாக்குதலில் அதிகமான வீரர்கள் பலியானது அப்போதுதான் நிகழ்ந்திருந்தது.

அந்த வீரர்களின் உடல்கள் அடங்கிய, அமெரிக்கக் கொடிகள் போர்த்தப்பட்டச் சவப்பெட்டிகள், அடுத்த ஒரு மணி நேரத்திற்குள் ஒரு விமானத்தின் மூலம் அந்த விமானத் தளத்தில் வந்து இறங்கவிருந்தன. அந்த விமானம் தரையிறங்கியவுடன், அவ்வீரர்களின் மனைவிமார்களும் குடும்பத்தாரும் அந்த விமானத்திற்கு அருகே அழைத்துச் செல்லப்பட்டுத்

தங்கள் நேசத்திற்குரியவர்களுக்கு அஞ்சலி செலுத்த அனுமதிக்கப்படுவர். அக்குடும்பத்தினர் அதற்காகக் காத்துக் கொண்டிருந்தபோது, அமெரிக்க அதிபர், பாதுகாப்புச் செயலர், சில மூத்த இராணுவ அதிகாரிகள் ஆகியோர் வீரமரணம் அடைந்த வீரர்களுக்கு அஞ்சலி செலுத்துவதற்காகவும், அக்குடும்பத்தாருக்கு ஆறுதல் சொல்வதற்காகவும் அங்கு வந்தனர்.

நான் இதுபோன்ற ஒரு டஜன் அஞ்சலிக் கூட்டங்களில் கலந்து கொண்டிருந்திருப்பேன். அது ஒருபோதும் எளிதாக இருக்கவில்லை. தங்களுக்கு மிகவும் நெருக்கமானவர்களை இழந்தவர்களிடம் நான் கூறிய ஆறுதல் வார்த்தைகள் ஏதேனும் வித்தியாசம் ஏற்படுத்தினவா என்று நான் எப்போதும் யோசித்திருக்கிறேன்.

அப்படிப்பட்டவர்களிடம் எந்த வார்த்தைகளைப் பயன்படுத்துவது என்று தெரியாமல் நான் முழித்திருக்கிறேன். அவர்களுடைய வலியை என்னால் எப்படி உண்மையான புரிந்துணர்வுடன் உள்வாங்கிக் கொள்ள முடியும்? அவர்களுடைய கணவனின், மகனின், தந்தையின், சகோதரனின் அல்லது நண்பனின் மரணம் உண்மையிலேயே விலை மதிப்பிடப்பட முடியாதது என்று எப்படி என்னால் அவர்களுக்கு எடுத்துரைக்க முடியும்? எனக்குத் தெரிந்த முறையில் அவர்களுக்கு ஆறுதல் கூற நான் முயன்றிருக்கிறேன். அவர்களைக் கட்டியணைத்திருக்கிறேன். அவர்களுடைய பிரார்த்தனையில் பங்கு கொண்டிருக்கிறேன்.

ஆனாலும் என் வார்த்தைகளில் ஒரு போதாமை இருந்ததை என்னால் உணர முடிந்தது.

நான் ஒரு முதிய பெண்மணிக்கு ஆறுதல் கூறிக் கொண்டிருக்கையில், எனக்கு அருகிலிருந்த குடும்பத்தார், லெப்டினன்ட் ஜெனரல் ஜான் கெல்லியுடன் பேசிக் கொண்டிருந்ததை நான் கவனித்தேன். அவர் பாதுகாப்புத் துறைச் செயலரின் இராணுவ உதவியாளர். அவர் நேர்த்தியான மரைன் சீருடையில் இருந்தார். அந்தக் குடும்பத்தினர் அவரைச் சுற்றி நின்று கொண்டிருந்தனர். அவருடைய ஆறுதல் வார்த்தைகளும் ஊக்குவிப்புச் சொற்களும் அந்தக் குடும்பத்தினர்மீது ஒரு பெரிய, நேர்மறையான தாக்கம் ஏற்படுத்திக் கொண்டிருந்ததை என்னால் காணவும் உணரவும் முடிந்தது. அவர் புன்னகைத்தபோது அவர்களும் புன்னகைத்தனர். அவர் அவர்களைக் கட்டியணைத்தபோது, அவர்களும் பதிலுக்கு அவரைக் கட்டித் தழுவினர். கெல்லி அவர்களிடம் தன்னுடைய கையை நீட்டியபோது அவர்கள் அதை இறுகப் பற்றிக் கொண்டனர்.

கெல்லி மீண்டும் ஒரு முறை அவர்களைக் கட்டியணைத்துவிட்டு, அவர்களுக்கு நன்றி தெரிவித்துவிட்டு, அடுத்து நின்று கொண்டிருந்த, மனமொடிந்து போயிருந்த இன்னொரு குடும்பத்தாரிடம் பேசுவதற்காக அங்கு நகர்ந்தார். அடுத்த ஒரு மணி நேரத்தில் அங்கிருந்த அனைத்துக் குடும்பத்தாரிடமும்

கெல்லி பேசியிருந்தார். மற்ற எல்லோரைவிடவும் கெல்லியின் ஆறுதல் வார்த்தைகள் அங்கிருந்த குடும்பத்தாரின் இதயங்களை அதிகமாகத் தொட்டன. அவருடைய வார்த்தைகள் புரிந்துணர்வால் போர்த்தப்பட்டிருந்தன. அவருடைய வார்த்தைகளில் பரிவு நிரம்பி வழிந்தது. எல்லாவற்றுக்கும் மேலாக, அவருடைய வார்த்தைகள் அவர்களுக்கு நம்பிக்கையைக் கொடுத்தன.

அன்று, அக்குடும்பங்களிடம் அப்படிப்பட்ட வித்தியாசத்தை ஜான் கெல்லியைத் தவிர வேறு எவராலும் ஏற்படுத்தியிருக்க முடியாது. அன்று, ஜான் கெல்லியைத் தவிர வேறு எவராலும் அவர்களிடம் நம்பிக்கையை விதைத்திருக்க முடியாது. ஏனெனில், ஒரு மகனை இழப்பதன் வலி என்னவென்பதை ஜான் கெல்லி நன்கு அறிவார்.

ஜான் கெல்லியின் மகன் ராபர்ட் கெல்லி 2010ல் ஆப்கானிஸ்தானில் போரிட்டுக் கொண்டிருந்தபோது கொல்லப்பட்டார். அன்று டோவரில் நின்று கொண்டிருந்த குடும்பத்தாரைப்போல, ஜான் கெல்லியும் அவருடைய மனைவியும் அந்த இழப்பைத் தாங்கிக் கொள்ளப் படாதபாடு பட்டார்கள். ஆனால் கெல்லியும் அவருடைய குடும்பத்தாரும், அந்த வலியை, ஆறுதலுக்கு அப்பாற்பட்ட அந்த இழப்பை எப்படியோ சமாளித்துக் கடந்துவிட்டிருந்தனர்.

அன்று அவரை நான் அருகிலிருந்து பார்த்தது எனக்கு வலிமையைக் கொடுத்தது. நீங்கள் ஒரு வீரனை இழக்கின்றபோது அவனுடைய குடும்பத்திற்காக உருகுகின்றீர்கள். ஆனால் அதே நேரத்தில் அதே கதி உங்கள் குடும்பத்திற்கும் என்றாவது ஒரு நாள் ஏற்படக்கூடும் என்று உள்ளூர நீங்கள் அஞ்சுகிறீர்கள். உங்களுடைய குழந்தையின் இழப்பை உங்களால் தாங்கிக் கொள்ள முடியுமா என்று நீங்கள் சந்தேகிக்கிறீர்கள். அல்லது, நீங்கள் இறந்துவிட்டால், உங்களுடைய குடும்பம் எப்படித் தன்னந்தனியாகச் சமாளிக்கும் என்று நீங்கள் கவலைப்படுகிறீர்கள். கடவுள் உங்கள்மீது இரக்கம் காட்டி இப்படிப்பட்ட ஒரு பாரத்தைச் சுமக்க வேண்டிய நிலைக்கு உங்களைத் தள்ள மாட்டார் என்று நீங்கள் நம்புகிறீர்கள், பிரார்த்திக்கிறீர்கள்.

அடுத்த மூன்று ஆண்டுகளில் நானும் கெல்லியும் நெருங்கிய நண்பர்களாக ஆனோம். அவர் தன்கீழ் பணியாற்றியவர்களுக்கு மிகச் சிறந்த ஓர் அதிகாரியாகவும், தன்னுடைய மனைவி கரனுக்கு ஒரு வலுவான கணவராகவும், தன் மகள் கேட்டுக்கு ஓர் அன்பான அப்பாவாகவும், தன் தந்தை மேஜர் ஜான் கெல்லி சீனியருக்கு ஒரு நல்ல மூத்த மகனாகவும் திகழ்ந்தார். ஆனால் எல்லாவற்றுக்கும் மேலாக, கெல்லி, தன்னைச் சுற்றியிருந்த அனைவருக்கும் நம்பிக்கையைக் கொடுத்தார். நாம் கடும் இன்னல்களைச் சந்திக்கின்றபோது, நம்மால் அந்த வலியிலிருந்து, அந்த ஏமாற்றத்திலிருந்து, அந்த வேதனையிலிருந்து வலுவாக மீண்டெழ முடியும் என்ற நம்பிக்கையை

அவர் கொடுத்தார். நம்முடைய வாழ்க்கையைத் தொடர்வதற்கு மட்டுமல்லாமல் பிறருக்கு உத்வேகமளிப்பதற்கும் தேவையான அனைத்தும் நம் ஒவ்வொருவரின் உள்ளுக்குள்ளேயே இருக்கிறது என்ற நம்பிக்கையை அவர் கொடுத்தார்.

இந்த உலகிலேயே மிகவும் ஆற்றல்மிக்க சக்தி நம்பிக்கைதான். நம்பிக்கையின் மூலம் தேசங்களை மேன்மைமிக்கவையாக உருவாக்க முடியும். நம்பிக்கையின் உதவியால், சமூகத்தில் கீழ்நிலையில் உள்ளவர்கள் முன்னுக்கு வர உங்களால் உதவ முடியும். நம்பிக்கையின் உதவியால், தாங்கிக் கொள்ள முடியாத இழப்பின் வலியை நீவிவிட முடியும். சில நேரங்களில், ஒரு வித்தியாசத்தை ஏற்படுத்த ஒரே ஒரு தனிமனிதன் மட்டுமே போதும்.

என்றோ ஒரு நாள் நாமும் கழுத்தளவுச் சகதியில் மாட்டிக் கொள்ளக்கூடும். அதுதான் உரத்தக் குரலில் பாடுவதற்கு ஏற்ற வேளை; அதுதான் பெரிதாகப் புன்னகைக்க வேண்டிய தருணம்; அதுதான் நாளைய தினம் பிரகாசமானதாக இருக்கும் என்ற நம்பிக்கையை உங்களைச் சுற்றியிருப்பவர்களுக்குக் கொடுக்க வேண்டிய நேரம்.

அத்தியாயம் 10

முன்வைத்தக் காலை ஒருபோதும் பின்வைக்காதீர்கள்

நீங்கள் இந்த உலகை மாற்ற விரும்பினால் . . .

எக்காரணம் கொண்டும் ஒருபோதும்
மணியை அடித்துவிடாதீர்கள்!

அது நேவி சீல் பயிற்சி வகுப்பின் முதல் நாள். நான் பிற 150 மாணவர்களோடு சேர்ந்து நின்று கொண்டிருந்தேன். பழுப்பு நிற அரைக்கால் சட்டை, நீலமும் பொன் நிறமும் கலந்த டிஷர்ட், போர்க்காலணிகள் ஆகியவற்றை அணிந்திருந்த பயிற்றுவிப்பாளர் ஒருவர், அந்தப் பெரிய முற்றத்தின் குறுக்காக நடந்து சென்று, அங்கு தொங்கிக் கொண்டிருந்த ஒரு பெரிய பித்தளை மணியின் அருகில் நின்றார்.

“கனவான்களே, இன்று உங்களுடைய நேவி சீல் பயிற்சியின் முதல் நாள். அடுத்த ஆறு மாதங்களுக்கு, அமெரிக்காவின் இராணுவப் பயிற்சிகளிலேயே மிகவும் கடினமான பயிற்சிக்கு நீங்கள் உட்படுத்தப்படுவீர்கள்,” என்று முழங்கினார்.

நான் என்னைச் சுற்றிலும் நோட்டமிட்டேன். பல மாணவர்களின் முகத்தில் அச்ச உணர்வு எட்டிப் பார்த்ததை என்னால் காண முடிந்தது.

அப்பயிற்றுவிப்பாளர் தொடர்ந்தார்: “உங்களுடைய வாழ்க்கையில் இதுபோல நீங்கள் ஒருபோதும் சோதிக்கப்பட்டிருக்க மாட்டீர்கள். உங்களில் பெரும்பாலானோர் இப்பயிற்சியை

நிறைவு செய்ய மாட்டீர்கள். அதற்கு என்னால் முடிந்தவற்றையெல்லாம் நான் செய்வேன்." பிறகு அவர் எங்களை நோக்கிப் புன்னகைத்தார். "நீங்கள் இதிலிருந்து விலகுவதற்கு என் அதிகாரத்திற்கு உட்பட்ட அனைத்தையும் நான் செய்வேன்." முதல் மூன்று வார்த்தைகளுக்கு அவர் வேண்டுமென்றே கூடுதல் அழுத்தம் கொடுத்தார். "இரக்கமே இல்லாமல் நான் உங்களை நான் வாட்டி வதைப்பேன். உங்களுடைய சக மாணவர்களுக்கு முன்னால் உங்களை அவமானப்படுத்துவேன். உங்களுடைய வரம்பெல்லைக்கு அப்பால் உங்களை உந்தித் தள்ளுவேன்." பின் அவர் தன் முழுப் பற்களும் தெரியும்படி இளக்காரமாகச் சிரித்தார். "வலிகளுக்குப் பஞ்சமிருக்காது. முடிவே இல்லாததுபோல வலிகள் உங்களைத் தொடர்ந்து கொண்டிருக்கும்."

பிறகு, அவர் அந்த மணியின் நாக்கில் தொங்கிக் கொண்டிருந்த கயிற்றைப் பிடித்துப் பலமாக இழுத்தார். மணியோசை அந்த முற்றமெங்கும் பலமாக ஒலித்தது. "உங்களால் அந்த வலிகளைத் தாங்க முடியவில்லை என்றால், எங்களுடைய தொல்லைகளை உங்களால் பொறுத்துக் கொள்ள முடியவில்லை என்றால், அதிலிருந்து தப்பிக்க ஓர் எளிய வழி இருக்கிறது." அவர் மீண்டும் அந்த மணியின் கயிற்றை இழுத்தார். மணியோசை அக்கட்டடத்தின் சுவர்களில் பட்டு அதிர்ந்தது. "நீங்கள் இப்பயிற்சியிலிருந்து விலக விரும்பினால், இந்த மணியை மூன்று முறை அடித்தால் போதும்."

பின் அவர் அந்த மணியின் கயிற்றிலிருந்து தன்னுடைய பிடியை விடுவித்தார். “நீங்கள் இந்த மணியை அடித்தால், அதற்குப் பிறகு நீங்கள் அதிகாலையில் எழுந்திருக்க வேண்டியிருக்காது. நீங்கள் இந்த மணியை அடித்தால், அதற்குப் பிறகு நீங்கள் நீண்டதூரம் ஓட வேண்டியிருக்காது, குருதியை உறைய வைக்கும் குளிர்ந்த நீரில் நீச்சலடிக்க வேண்டியிருக்காது, மூச்சுவிடக்கூட நேரமில்லாமல் அடுத்தடுத்துப் பல தடைகளைக் கடக்க வேண்டியிருக்காது. நீங்கள் இந்த மணியை அடித்தால், அதற்குப் பிறகு நீங்கள் இந்த வலிகளைப் பொறுத்துக் கொள்ள வேண்டியிருக்காது.”

ஒரு கணம் அவர் தன் தலையைத் தாழ்த்தித் தன் முன்னாலிருந்த நிலத்தை உற்றுப் பார்த்தார். “ஆனால் நான் இன்னொன்றையும் உங்களுக்குச் சொல்லிக் கொள்ள ஆசைப்படுகிறேன். நீங்கள் இதிலிருந்து விலகினால், கண்டிப்பாகப் பின்வருத்தம் கொள்வீர்கள். இது குறித்து வாழ்நாள் முழுவதும் உங்களை நீங்களே நொந்து கொண்டிருப்பீர்கள். ஒன்றிலிருந்து விலகி ஓடுவது ஒருபோதும் எதையும் எளிதாக்குவதில்லை.”

ஆறு மாதங்கள் கழித்து, அப்பயிற்சியின் பட்டமளிப்பு விழாவின்போது, அங்கு நாங்கள் 33 பேர் மட்டுமே நின்று கொண்டிருந்தோம். சிலர் எளிதான வழியைத் தேர்ந்தெடுத்து வெளியேறியிருந்தனர். ஆனால், அந்தப் பயிற்றுவிப்பாளர் கூறியபடி, அவர்கள் அது குறித்துத் தங்களுடைய வாழ்நாள் முழுவதும்

பின்வருத்தம் கொண்டிருப்பார்கள் என்று நான் அனுமானித்தேன்.

நேவி சீல் பயிற்சியில் நான் கற்றுக் கொண்ட அனைத்தையும்விட முக்கியமான படிப்பினை இதுதான். முன்வைத்தக் காலை ஒருபோதும் பின்வைக்காதீர்கள். இது எல்லோரும் சொல்கின்ற ஒன்றுதானே என்று நீங்கள் கேட்கலாம். ஆனால், வாழ்க்கை உங்கள் பக்கம் அடுத்தடுத்துப் பல சவால்களை அனுப்பி வைத்துக் கொண்டிருக்கும்போது, அதை எதிர்கொள்வதைக் காட்டிலும் அதிலிருந்து தப்பித்து ஓடுவதுதான் எளிதாக இருப்பதுபோலத் தோன்றும். உலகமே உங்களுக்கு எதிராகச் சதி செய்து கொண்டிருப்பதுபோல உங்களுக்குத் தோன்றுகின்றபோது, அதிலிருந்து விலகிக் கொள்வதுதான் புத்திசாலித்தனம் என்று பகுத்தறிவு அறிவுரை வழங்கும்.

என்ன ஆனாலும் முன்வைத்தக் காலைப் பின்வைக்க மறுத்த எண்ணற்ற நபர்களால் என் இராணுவ வாழ்க்கை முழுவதும் நான் உத்வேகம் பெற்றுள்ளேன். அப்படிப்பட்டவர்களில் ஒருவரை ஆப்கானிஸ்தானில் ஒரு மருத்துவமனையில் நான் சந்தித்தேன். அந்த இளைஞர் ஒரு காலாட்படை ரேஞ்சர்.

***

அப்போது நான் ஆப்கானிஸ்தானில் இருந்தேன்.

ஒரு நாள் பின்மாலைப் பொழுதில், என் படைவீரர்களில் ஒருவர் கண்ணிவெடியின்மீது கால் வைத்ததால் படுகாயத்துடன், என் தலைமையகத்திற்கு அருகேயிருந்த இராணுவ மருத்துவமனையில் அனுமதிக்கப்பட்டிருந்தார் என்ற செய்தி எனக்குக் கிடைத்தது. ரேஞ்சர் படைக்குழுவின் தலைமைப் பொறுப்பிலிருந்த கர்னல் எரிக் குரில்லாவும் நானும் உடனடியாக அந்த மருத்துவமனைக்கு விரைந்தோம்.

அந்த வீரர் மருத்துவமனைக் கட்டில் ஒன்றில் கிடத்தப்பட்டிருந்தார். அவருடைய உடலில் பல குழாய்கள் செருகப்பட்டிருந்தன; வெடிப்பினால் ஏற்பட்டிருந்த தீக்காயங்கள் அவருடைய கைகளிலும் அவருடைய முகத்திலும் பரவியிருந்தன. அவரை மூடியிருந்த போர்வை கால்பகுதியில் கட்டிலோடு கட்டிலாகக் கிடந்தது. அவருடைய வாழ்க்கை முற்றிலுமாக மாறிப் போய்விட்டிருந்தது.

ஆப்கானிஸ்தானிலுள்ள இராணுவ மருத்துவமனைக்கு நான் எண்ணற்ற முறை விஜயம் செய்திருக்கிறேன். போர்க்களத்தில் நின்று கொண்டிருக்கின்ற ஒரு படைத் தலைவர் என்ற முறையில் நீங்கள் மனித வேதனைகளைத் தனிப்பட்ட முறையில் உள்வாங்கிக் கொள்ளாமல் இருக்கத்தான் முயல்வீர்கள். அது போரின் ஓர் அங்கம் என்பதை நீங்கள் அறிவீர்கள். வீரர்கள் என்றால் காயம் ஏற்படத்தான் செய்யும். வீரர்களுக்கு மரணம் சம்பவிக்கத்தான்

செய்யும். உங்களுடைய ஒவ்வொரு தீர்மானமும் எத்தனை உயிர்களைப் பலி வாங்கக்கூடும் என்ற முன்யோசனையோடு நீங்கள் தீர்மானங்கள் எடுத்தால், உங்களால் ஒருக்காலும் திறமையாகச் செயல்படவே முடியாது.

ஆனால் ஏதோ ஒரு காரணத்தால் அன்றைய இரவு வேறுபட்டிருந்ததுபோலத் தோன்றியது. என் முன்னால் கட்டிலில் படுத்துக் கிடந்த அந்த வீரர் மிகவும் இளமையாக இருந்தார். என்னுடைய இரண்டு மகன்களைவிட வயது குறைந்தவர் அவர். அவருக்குப் பத்தொன்பது வயது என்றும், அவர் பெயர் ஆடம் பேட்ஸ் என்றும் நான் தெரிந்து கொண்டேன். முந்தைய வாரம்தான் அவர் ஆப்கானிஸ்தானுக்கு வந்திருந்தார். இதுதான் அவருடைய முதல் போர்ப் பணி. நான் குனிந்து அவருடைய தோள்களைத் தொட்டேன். அவர் மயக்க நிலையில் இருந்ததுபோலத் தோன்றியது. அவருடைய நிலை குறித்து ஒரு கணம் யோசித்துவிட்டு, ஒரு சிறிய பிரார்த்தனையை அவருக்காகச் சொன்னேன். பின் நான் அந்த அறையிலிருந்து வெளியே வர எத்தனித்தபோது, அந்த அறைக்குள் அவரைப் பரிசோதிக்க ஒரு செவிலிப் பெண் நுழைந்தார்.

அப்பெண் என்னை நோக்கிப் புன்னகைத்துவிட்டு, அந்த வீரரைப் பரிசோதித்துவிட்டு, "அவருடைய நிலையைப் பற்றி நீங்கள் ஏதாவது தெரிந்து கொள்ள விரும்புகிறீர்களா?" என்று என்னிடம் கேட்டார். அதற்கு நான் ஆமாம் என்று

தலையை ஆட்டியவுடன், அவர் தொடர்ந்து பேசினார்: “இந்த வீரரின் இரண்டு கால்களும் வெட்டியெடுக்கப்பட்டுவிட்டன. அந்த வெடியால் இவருக்குத் தீவிரமான காயங்கள் ஏற்பட்டுள்ளன, ஆனால் இவருடைய உயிருக்கு ஆபத்தில்லை.”

அந்த வீரரைக் கவனித்துக் கொண்டதற்கு அப்பெண்மணிக்கு நன்றி கூறிவிட்டு, “அவர் சுயநினைவு அடைந்த பிறகு எனக்குத் தகவல் தெரிவியுங்கள். நான் மீண்டும் வந்து அவரைப் பார்க்கிறேன்,” என்று அவரிடம் தெரிவித்தேன். அதற்கு அவர், “இவர் இப்போது சுயநினைவோடுதான் இருக்கிறார். இப்போதே நீங்கள் இவரிடம் பேசலாம்,” என்று கூறிவிட்டு, அந்த வீரரைத் தொட்டு மென்மையாக அவரை அசைத்தார். பேட்ஸ் தன் கண்களை லேசாகத் திறந்து, நான் அங்கு இருந்ததை அங்கீகரிப்பதுபோலப் பார்த்தார்.

“இவரால் இப்போது பேச முடியாது. ஆனால் இவருடைய தாயார் காது கேளாதவர் என்பதால் இவரால் சைகைமொழியில் உங்களுக்குப் பதிலளிக்க முடியும்,” என்று கூறிவிட்டு அந்தச் செவிலிப் பெண் என் கையில் ஒரு காகிதத்தைக் கொடுத்தார். அதில் சைகைகளின் படங்களும் அவற்றுக்கான அர்த்தங்களும் விளக்கப்பட்டிருந்தன.

என்ன பேசுவது, எவை சரியான வார்த்தைகளாக இருக்கும் என்று யோசித்துக் கொண்டே நான் பேட்ஸிடம் ஒரு நிமிடம் பேசினேன். தன்

நாட்டுக்குச் சேவை செய்கின்றபோது தன் இரு கால்களையும் இழந்துள்ள ஓர் இளைஞரிடம் நீங்கள் என்ன கூறுவீர்கள்? அவருடைய வருங்காலம் குறித்து அவரை எப்படி நல்லவிதமாக உணர வைப்பீர்கள்?

பேட்ஸின் முகம் காயத்தால் வீங்கிப் போயிருந்தது. அவருடைய முகத்தில் போடப்பட்டிருந்த கட்டுகளுக்கு இடையே லேசாகத் தெரிந்த அவருடைய கண்கள் ஒரு கணம் என்னை வெறித்துப் பார்த்தன. என் முகபாவத்தில் தெரிந்த பரிதாப உணர்வை அவர் உணர்ந்திருக்க வேண்டும்.

அவர் தன் கையைத் தூக்கிச் சைகை மொழியில் பேசத் துவங்கினார்.

நான் என் கையில் வைத்திருந்த சைகை விளக்கக் காகிதத்தையும் அவரையும் மாறி மாறிப் பார்த்துக் கொண்டிருந்தேன். அவர், “நான் – சரியாகி – விடுவேன்,” என்று மிக மெதுவாகச் சைகை செய்தார்.

அன்று மாலை நான் அந்த மருத்துவமனையிலிருந்து வெளியேறியபோது என்னால் என் அழுகையை அடக்க முடியவில்லை. அந்த மருத்துவமனையில் நான் நூற்றுக்கணக்கானவர்களைச் சந்தித்திருக்கிறேன். அவர்களில் ஒருவர்கூட என்னிடம் எந்தப் புகாரும் கூறியதில்லை. ஒருபோதும் கூறியதில்லை! தங்கள் நாட்டுக்குத்

தாங்கள் ஆற்றியிருந்த பணி குறித்து அவர்கள் மிகவும் பெருமிதம் கொண்டிருந்தனர். தங்களுடைய தலைவிதியை அவர்கள் ஏற்றுக் கொண்டிருந்தனர்; அவர்கள் விரும்பியதெல்லாம், மீண்டும் தங்களுடைய படைப்பிரிவுக்குத் திரும்ப வேண்டும், மீண்டும் தங்களுடைய சகாக்களுடன் இணைந்து பணியாற்ற வேண்டும் என்பதை மட்டும்தான். எப்படியோ, அதற்கு முன்பு அந்த மருத்துவமனைக்கு வந்திருந்த அனைவரின் ஒட்டுமொத்தப் பிரதிநிதியாக பேட்ஸ் திகழ்ந்தார்.

அதற்கு ஓராண்டு கழித்து, 75வது ரேஞ்சர் படைப்பிரிவுக்குவேறு ஒருவர் தலைமையேற்றபோது நடைபெற்ற விழாவிற்கு நான் சென்றிருந்தேன். அங்கு மேடையில் ஆடம் பேட்ஸ் தன்னுடைய செயற்கைக் கால்களுடன் கம்பீரமாக நின்று கொண்டிருந்தார். தன்னுடன் 'புல் அப்ஸ்' போட்டிக்கு வருமாறு தன் சக வீரர்களை அவர் வம்புக்கு இழுத்துக் கொண்டிருந்தது என் காதில் விழுந்தது. அவருக்கு எண்ணற்ற அறுவை சிகிச்சைகள் நடந்திருந்தபோதிலும், அவருடைய காயங்களிலிருந்து மீள்வதற்கு அவருக்கு நீண்டகாலம் ஆகியிருந்தபோதிலும், ஒரு புதிய வாழ்க்கைக்குத் தன்னைத் தயார்படுத்திக் கொள்வதற்கு அவர் கடுமையாகப் போராட வேண்டியிருந்தபோதிலும், முன்வைத்தக் காலை அவர் ஒருபோதும் பின்வைக்கவில்லை. அவர் அங்குச் சிரித்துக் கொண்டும், சுற்றி இருந்தவர்களுடன் நகைச்சுவையாகப் பேசிக் கொண்டும், எப்போதும் தன் முகத்தில் ஒரு

புன்னகையைத் தவழவிட்டுக் கொண்டும் இருந்தார். ஒட்டுமொத்தத்தில், மருத்துவமனையில் அவர் என்னிடம் கூறியதுபோல, அவர் நிஜமாகவே ‘சரியாகி’ இருந்தார்.

வாழ்க்கை கடினமான கணங்களால் நிறைந்த ஒன்று. ஆனால் எப்போதும் உங்களைவிட மிக மோசமாகப் பாதிக்கப்பட்ட நிலையில் பலர் இருப்பர். நீங்கள் நடத்தப்பட்ட விதம் குறித்து நீங்கள் சுயபச்சாதாபமும் வருத்தமும் கொண்டிருந்தால், உங்களுடைய நிலை குறித்து எப்போதும் புலம்பிக் கொண்டிருந்தால், உங்களுடைய சூழலுக்கு வேறு ஒருவர்மீது அல்லது வேறு ஒன்றின்மீது பழி சுமத்திக் கொண்டிருந்தால், வாழ்க்கை எப்போதும் கடினமான ஒன்றாகவே இருந்து கொண்டிருக்கும். அதே நேரத்தில், நீங்கள் உங்களுடைய கனவுகளைக் கைவிட மறுத்தால், கடும் சவால்களைச் சந்திக்க நேர்ந்தாலும் நெஞ்சை நிமிர்த்தித் துணிச்சலுடன் அவற்றை எதிர்கொண்டால், வாழ்க்கையை மகத்தான ஒன்றாக உங்களால் மாற்ற முடியும். எக்காரணம் கொண்டும் ஒருபோதும் மணியை அடித்துவிடாதீர்கள்!

***

இவற்றை நினைவில் வைத்துக் கொள்ளுங்கள்: ஒரு வேலையைச் செய்து முடித்தத் திருப்தியுடன் உங்களுடைய நாளைத் துவக்குங்கள். வாழ்க்கையின் ஊடாக எளிதாகப் பயணிப்பதற்கு உங்களுக்கு உதவக்கூடிய ஒருவரைக் கண்டுபிடியுங்கள்.

எல்லோரையும் மதியுங்கள். வாழ்க்கை நியாயமற்ற ஒன்று என்பதையும், நீங்கள் அடிக்கடி தோல்வியைத் தழுவ நேரிடும் என்பதையும் அறிந்திடுங்கள். ஆனால் சில ஆபத்துகளை எதிர்கொள்ள நீங்கள் தயங்காமல் இருந்தால், சூழல்கள் கடினமாகின்றபோது உங்களை நீங்கள் இன்னும் உறுதிப்படுத்திக் கொண்டால், பலவீனமானவர்களைத் தாக்குபவர்களைத் துணிந்து எதிர்த்து நின்றால், எளியவர்களைக் கைதூக்கிவிட முன்வந்தால், முன்வைத்தக் காலை ஒருபோதும் பின்வைக்காதிருந்தால், உங்களால் உங்களுடைய வாழ்க்கையைச் சிறப்பாக மாற்றிக் கொள்ள முடியும். அதன் மூலம், ஒருவேளை உங்களால் இந்த உலகையும் மாற்ற முடியக்கூடும்.

17 மே, 2014

டெக்சாஸ் பல்கலைக்கழகப் பட்டமளிப்பு விழா உரை

டெக்சாஸ் பல்கலைக்கழகத்தின் குறிக்கோள் வாசகம், “இங்குத் தொடங்குவது உலகையே மாற்றும்,” என்பதாகும். அந்த வாசகத்தால் நான் மிகவும் கவரப்பட்டேன் என்பதை நான் ஒப்புக் கொண்டாக வேண்டும்.

இன்று இரவு டெக்சாஸ் பல்கலைக்கழகத்திலிருந்து கிட்டத்தட்ட எட்டாயிரம் பேர் பட்டம் பெறுகின்றனர். ஒரு சராசரி அமெரிக்கன் தன் வாழ்நாளில் சுமார் பத்தாயிரம் பேரைச் சந்திப்பான் என்று ஆஸ்க் டாட் காம் என்ற வலைத்தளம் கூறுகிறது. அது ஒரு மிகப் பெரிய எண்ணிக்கை. ஆனால், உங்கள் ஒவ்வொருவராலும் உங்களுடைய வாழ்க்கையில் வெறும் பத்துப் பேரின் வாழ்க்கையை மாற்ற முடிந்தால், அந்தப் பத்துப் பேர் தங்களுடைய வாழ்க்கையில் மேலும் பத்து பேரின் வாழ்க்கையை மாற்ற முடிந்தால், ஐந்து தலைமுறையில், அதாவது, 125 ஆண்டுகளில், இன்று பட்டம் பெறுகின்ற நீங்கள் மொத்தமாக 800 மில்லியன் மக்களின் வாழ்க்கையை மாற்றியிருப்பீர்கள்.

எண்ணூறு மில்லியன் மக்கள்! யோசித்துப் பாருங்கள். அது அமெரிக்காவின் மொத்த மக்கள் தொகையைப்போல இரு மடங்கு. மேலும் ஒரு சில தலைமுறைகளை அதில் சேர்த்துக் கொண்டால், உங்களால் இந்த உலகிலுள்ள 8 பில்லியன் மக்களின் வாழ்க்கையையும் மாற்ற முடியும். பத்துப் பேரின் வாழ்க்கையை முற்றிலுமாக மாற்றுவது கடினம் என்று நீங்கள் நினைத்தால், அது தவறு.

ஆப்கானிஸ்தானிலும் ஈராக்கிலும் இது தினமும் நிகழ்வதை நான் பார்த்துள்ளேன். ஒரு முறை, ஓர்

இளம் இராணுவ அதிகாரி, பாக்தாத்தில் ஒரு தெருவில் வலது புறம் திரும்புவதற்குப் பதிலாக இடது புறம் திரும்பிச் சென்றார். அதன் காரணமாக, அவருடைய குழுவிலிருந்த பத்துப் பேர் ஒரு திடீர்த் தாக்குதலில் மாட்டிக் கொள்ளாமல் உயிர் தப்பினர்.

மற்றொரு முறை, ஆப்கானிஸ்தானிலுள்ள காந்தாரப் பிராந்தியத்தில், ஏதோ சரியில்லை என்று ஒரு பெண் அதிகாரிக்குத் தோன்றியிருந்தது. அதனால் அவர் தன்னுடைய காலாட்படையை வேறு வழியில் அழைத்துச் சென்றார். அதனால் ஒரு குண்டு வெடிப்புத் தாக்குதலிலிருந்து அவர் அவர்களைக் காப்பாற்றினார்.

இதைப் பற்றி நீங்கள் ஆழமாக யோசித்துப் பார்த்தால், இங்கு ஒரு தனிநபரால் பல இராணுவ வீரர்கள் மட்டும் காப்பாற்றப்பட்டிருக்கவில்லை; இன்னும் பிறந்திராத அவர்களுடைய குழந்தைகளும் பேரக்குழந்தைகளும்கூட அந்தத் தாக்குதலிலிருந்து காப்பாற்றப்பட்டிருந்தனர் என்பதை உங்களால் உணர முடியும். ஓர் ஒற்றைத் தீர்மானத்தால், ஒரு நபரால் பல தலைமுறைகள் காப்பாற்றப்பட்டிருந்தன.

ஆனால் உலகை மாற்றுதல் என்பது எங்கு வேண்டுமானாலும் நிகழக்கூடும். அதை எவரொருவராலும் செய்ய முடியும். அதனால், இங்குத் துவக்கப்படுவது உலகையே மாற்றக்கூடும். ஆனால், நம்முன் உள்ள கேள்வி இதுதான்: “நீங்கள் இந்த உலகை மாற்றிய பிறகு அது எப்படி இருக்கும்?”

இந்த உலகம் ஒரு மேம்பட்ட இடமாக இருக்கும் என்று நான் உறுதியாக நம்புகிறேன். இந்த வயதானவனைப் பொறுத்துக் கொள்ள நீங்கள் தயாராக இருந்தால், இந்த உலகை மாற்றப் போகின்ற உங்களுடைய முயற்சிக்கு உறுதுணையாக இருக்கக்கூடிய சில ஆலோசனைகள் என் வசம் இருக்கின்றன. இந்தப் பாடங்கள், நான் இராணுவத்தில் பணியாற்றிக் கொண்டிருந்தபோது

நான் கற்றுக் கொண்டவையாக இருந்தாலும், நீங்கள் உங்கள் வாழ்வில் ஒரு நாளாவது நாட்டின் சேவையில் ஈடுபட்டிருந்தீர்களா இல்லையா என்பது ஒரு பொருட்டல்ல.

அதேபோல, உங்களுடைய பாலினம், உங்களுடைய மதம் அல்லது இனப் பின்புலம், உங்களுடைய நம்பிக்கை, உங்களுடைய சமூக அந்தஸ்து போன்றவையும் இங்கு ஒரு பொருட்டல்ல. இந்த உலகில் நம்முடைய போராட்டங்கள் ஒரே மாதிரியானவைதாம். அப்போராட்டங்களிலிருந்து மீண்டு நம்மையும் இந்த உலகையும் மாற்றிக் கொண்டு முன்னே செல்வது தொடர்பான பாடங்கள் எல்லோருக்குமே பொருந்தும்.

நான் முப்பத்து ஆறு ஆண்டுகளாக ஒரு நேவி சீல் வீரனாக இருந்திருக்கிறேன். நான் இதே பல்கலைக்கழகத்திலிருந்து பட்டம் பெற்று, கலிஃபோர்னியா மாநிலத்தில் கொரனாடோ என்ற இடத்தில் அமைந்துள்ள நேவி சீல் அடிப்படைப் பயிற்சிக்குச் சென்றபோதுதான் அனைத்தும் தொடங்கியது. கடும் சித்திரவதைகளை உள்ளடக்கிய ஆறு மாதங்கள் அவை. மென்மையான மணலில் ஓடுதல், கடும் குளிரான சான்டியாகோ கடல் நீரில் நள்ளிரவில் நீந்துதல், பல விதமான தடைகளைக் கடத்தல், முடிவேயில்லாத உடற்பயிற்சிகள், எப்போதும் குளிரிலும் ஈரத்திலும் நடுங்கிக் கொண்டே இருத்தல் போன்றவை அப்பயிற்சியில் அடங்கும்.

அந்த ஆறு மாதப் பயிற்சிக்கு வந்துள்ளவர்களை, முறையாகப் பயிற்சி பெற்றுள்ள பயிற்றுவிப்பாளர்கள் எப்போதும் தொந்தரவு செய்து கொண்டே இருப்பர். பலவீனமான உடலும் பலவீனமான மனமும் கொண்டுள்ளவர்களை அடையாளம் கண்டு அவர்களை அப்பயிற்சியிலிருந்து நீக்குகின்ற இலக்கோடு அப்பயிற்றுவிப்பாளர்கள் செயல்பட்டுக்

கொண்டிருப்பர். மன அழுத்தம், குழப்பமான சூழல், தோல்வி, தாங்கிக் கொள்ளப்பட முடியாத துன்பங்கள் போன்றவை எப்போதும் நிலவுகின்ற சூழலைச் சமாளித்துத் தலைமையேற்று வழிநடத்திச் செல்லத் தகுதியான மாணவர்களை இனம் காண்பதும் அந்தப் பயிற்சியின் நோக்கமாகும். என்னைப் பொறுத்தவரை, நேவி சீல் பயிற்சி என்பது ஓர் ஆயுட்காலச் சவால்களை ஆறு மாதங்களுக்குள் அடக்கிய ஒன்றாகும்.

இவைதாம் நேவி சீல் அடிப்படைப் பயிற்சியிலிருந்து நான் கற்றுக் கொண்ட பத்துப் பாடங்கள். வாழ்க்கையில் முன்னே சென்று கொண்டிருக்கின்ற உங்களுக்கு இவை மதிப்பு வாய்ந்தவையாக இருக்கும் என்று நான் நம்புகிறேன்.

* * *

என்னுடைய நேவி சீல் பயிற்சி வகுப்புகளின்போது எனக்குப் பயிற்றுவிப்பாளர்களாக இருந்தவர்கள் அனைவருமே வியட்நாம் போரில் பங்கேற்றிருந்தவர்கள். ஒவ்வொரு நாள் காலையிலும், நாங்கள் தங்கியிருந்த இராணுவக் குடியிருப்புக்கு அவர்கள் வருவார்கள். முதலில் அவர்கள் சோதிப்பது எங்களுடைய படுக்கையைத்தான். நாங்கள் அதைச் சரியாக மடித்து வைத்திருந்தால், அதன் முனைகள் சதுர வடிவில் இருக்கும்; அதன் மேல் போர்த்தப்பட்டிருக்கின்ற விரிப்பு நன்றாக இழுத்துச் செருகப்பட்டிருக்கும்; தலையணை, கட்டிலில் நீங்கள் தலை வைத்துப் படுக்கின்ற இடத்தில் சரியாக மத்தியில் வைக்கப்பட்டிருக்கும்; போர்வை, கால் வைக்கின்ற இடத்தில் சரியாக மடித்து வைக்கப்பட்டிருக்கும்.

அது ஒரு சாதாரணமான வேலை. சரியாகச் சொல்ல வேண்டுமென்றால், சலிப்பூட்டுகின்ற ஒரு வேலை. ஆனால், ஒவ்வொரு நாள் காலையிலும்

நாங்கள் எங்களுடைய படுக்கைகளைக் கச்சிதமாக மடித்து வைத்தாக வேண்டும். அப்போது அது எங்களுக்கு அபத்தமாகப் பட்டது. குறிப்பாக, நாங்கள் உண்மையான போராளிகளாக ஆகவும் போர்க்களத்திற்குச் சென்று புடம்போட்டவர்களாகத் திரும்பி வரவும் துடித்துக் கொண்டிருந்த அச்சமயத்தில் அது கேலிக்குரியதாக எங்களுக்குத் தெரிந்தது. ஆனால் இந்த எளிய செயலுக்குப் பின்னால் இருந்த ஞானம் என் வாழ்வில் பல முறை நிரூபிக்கப்பட்டிருந்தது.

தினமும் காலையில் நீங்கள் உங்களுடைய படுக்கையைக் கச்சிதமாக மடித்து வைத்தால், அந்த நாளின் முதல் வேலையை நீங்கள் செய்து முடித்துவிடுகிறீர்கள். அது உங்களுக்கு ஒரு சிறிய பெருமையை அளிக்கும். அதோடு, அதற்கு அடுத்த வேலை, அதற்கு அடுத்த வேலை என்று ஒவ்வொரு வேலையாகச் செய்து முடிக்க அது உங்களுக்கு ஊக்கமளிக்கும். அந்த ஒரு வேலையைக் காலையில் செய்து முடித்ததன் மூலம், அன்றைய நாளின் முடிவில் பற்பல வேலைகளை நீங்கள் செய்து முடித்திருப்பீர்கள். படுக்கையை மடித்து வைத்தல் என்பது வாழ்க்கையில் சின்னச் சின்ன விஷயங்களும் முக்கியம் வாய்ந்தவைதாம் என்பதை உறுதிப்படுத்தும்.

உங்களால் சிறிய விஷயங்களைச் சரியாகச் செய்ய முடியாவிட்டால், ஒருபோதும் பெரிய வேலைகளைச் செய்து முடிக்க முடியாது. அதோடு, துரதிர்ஷ்டவசமாக, உங்களுடைய நாள் மோசமாக அமைந்துவிட்டிருந்தால், இரவில் நீங்கள் உங்களுடைய அறைக்குத் திரும்பும்போது, அழகாக மடித்து வைக்கப்பட்டுள்ள ஒரு படுக்கை, அதுவும் நீங்கள் உங்களுடைய கைகளால் கச்சிதமாக மடித்து வைத்துள்ள ஒரு படுக்கை உங்களுக்காகக் காத்துக் கொண்டிருக்கும். அப்படி நன்றாக மடித்து வைக்கப்பட்டிருக்கின்ற ஒரு படுக்கை, நாளைய

தினம் மேம்பட்டதாக இருக்கும் என்ற ஊக்குவிப்பை உங்களுக்கு வழங்கும்.

நீங்கள் இந்த உலகை மாற்ற விரும்பினால், உங்களுடைய படுக்கையை மடித்து வைப்பதிலிருந்து அதைத் துவக்குங்கள்!

* * *

நேவி சீல் பயிற்சியின்போது, பயிற்சி மாணவர்கள் படகுக் குழுக்களாகப் பிரிக்கப்படுவர். ஒரு குழுவில் ஏழு பேர் இருப்பர். இரப்பரினால் ஆன சிறிய மிதவைப் படகு ஒன்றில், ஒரு பக்கத்திற்கு மூன்று பேர் இருப்பர். ஏழாவது நபர் படகை வழிகாட்டி நடத்திக் கொண்டிருக்கின்ற பணியைச் செய்வார். ஒவ்வொரு நாளும் நீங்கள் உங்களுடைய குழுவினருடன் கடற்கரையில் கூட வேண்டும். பின் அங்கிருக்கின்ற உங்களுடைய மிதவைப் படகை எடுத்துக் கொண்டு, கரையில் வந்து மோதுகின்ற அலைகளைத் தாண்டிக் கடலுக்குள் சென்று பல மைல்கள் கடற்கரையோரமாகப் படகை ஓட்டிக் கொண்டிருக்க வேண்டும்.

குளிர்காலத்தில் சான்டியாகோ கடற்கரையை ஒட்டிய பகுதிகளில் அலைகள் எட்டு அடி முதல் பத்தடி உயரம்வரை மேலே எழும்பும். அனைவரும் சேர்ந்து துடுப்பு வலித்தால் ஒழிய அந்த அலைகளைக் கடந்து உங்களுடைய மிதவைப் படகைக் கடலுக்குள் கொண்டு செல்ல முடியாது. அந்த ஏழாவது நபரின் உரத்தக் குரலுக்கு ஏற்ப நீங்கள் ஒருமித்த விதத்தில் துடுப்பு வலிக்க வேண்டும். எல்லோரும் ஒரே அளவு முயற்சி மேற்கொள்ள வேண்டும். இல்லையெனில், கடல் ஈவு இரக்கமின்றி உங்களை உங்களுடைய படகோடு சேர்த்துக் கரையில் வீசியெறிந்துவிடும். உங்கள் படகு அதனுடைய இலக்கைச் சென்றடைய

வேண்டுமென்றால், ஒவ்வொருவரும் துடுப்பு வலித்தாக வேண்டும்.

உங்களால் இந்த உலகைத் தனியாக மாற்ற முடியாது. உங்களுக்கு உதவி தேவைப்படும். உங்களுடைய துவக்கப் புள்ளியிலிருந்து நீங்கள் சென்றடைய வேண்டிய இடத்தைச் சென்றடைவதற்கு, நண்பர்கள், சகாக்கள், அந்நியர்களின் ஆசிர்வாதங்கள், உங்களை வழிநடத்த ஒரு வழிகாட்டி ஆகியோரின் தயவு உங்களுக்குத் தேவைப்படும்.

நீங்கள் இந்த உலகை மாற்ற விரும்பினால், முதலில், உங்களுக்குத் துடுப்புப் போட உதவுகின்ற ஒருவரைக் கண்டுபிடியுங்கள்.

* * *

எங்களுடைய நேவி சீல்களின் பயிற்சி வகுப்பில் முதலில் 150 பேர் இருந்தனர். ஒரு சில வாரங்களில் அந்த எண்ணிக்கை வெறும் 42 ஆகச் சுருங்கிவிட்டது. இப்போது அந்த வகுப்பில் ஆறு படகுக் குழுக்கள் இருந்தன. ஒவ்வொரு படகுக்கும் சுமார் ஏழு பேர் ஒதுக்கப்பட்டிருந்தனர். உயரமான நபர்கள் இடம் பெற்றிருந்த குழுவில் நானும் இடம் பெற்றிருந்தேன். இன்னொரு குழு இருந்தது. அதில் இருந்தவர்கள் அனைவரும் உயரம் குறைவானவர்கள். நாங்கள் அவர்களைக் குள்ளர்கள் என்று பொருள்படுகின்ற "மஞ்ச்கின் மாலுமிகள்" என்று அழைத்தோம். அதிலிருந்த எவரும் ஐந்தடி ஐந்து அங்குலத்திற்கு மேல் இருக்கவில்லை.

அந்த மஞ்ச்கின் குழுவில், ஒரு செவ்விந்தியர், ஓர் ஆப்பிரிக்க அமெரிக்கர், ஒரு போலந்து அமெரிக்கர், ஒரு கிரேக்க அமெரிக்கர், ஓர் இத்தாலிய அமெரிக்கர், அமெரிக்காவின் மத்திய மாகாணங்களைச் சேர்ந்த இருவர் ஆகியோர் இடம் பெற்றிருந்தனர். அவர்கள்

மற்ற அனைத்துக் குழுவினரையும்விட வேகமாகத் துடுப்பு வலித்தனர், வேகமாக ஓடினர், வேகமாக நீந்தினர்.

மற்றப் படகுகளில் இருந்த ஆஜானுபாகுவான பயிற்சி மாணவர்கள், அவர்களைச் சித்திரக்குள்ளர்கள் என்று கேலி செய்தனர். ஒவ்வொரு முறை நீச்சல் தொடங்குவதற்கு முன்பும் அவர்களுடைய உருவங்களை நையாண்டி செய்தனர். ஆனால் ஒவ்வொரு முறையும், கதம்ப மாலைகளைப்போல இருந்த அந்தக் குள்ளக் குழுவினர் மற்ற அனைவரையும்விட வேகமாக நீந்திக் கடலுக்குள் சென்றுவிட்டு, எல்லோருக்கும் முன்னதாகக் கரைக்குத் திரும்பினர்.

நேவி சீல் பயிற்சி, நான் பெரியவன் என்ற மமதையை அடக்கி, எல்லோரும் சமமானவர்கள் என்பதைக் கற்றுக் கொடுக்கும். இங்கு, வெற்றி பெறுவதற்கான உங்களுடைய மன உறுதியைத் தவிர வேறு எதுவும் முக்கியமானது அல்ல. உங்களுடைய தோலின் நிறம், உங்களுடைய இனப் பின்புலம், உங்களுடைய கல்வித் தகுதி, உங்களுடைய சமூக அந்தஸ்து போன்ற எதுவும் இங்கு ஒரு பொருட்டல்ல.

நீங்கள் இந்த உலகை மாற்ற விரும்பினால், முதலில், பிறரை அவர்களுடைய இதயத்தின் அளவை வைத்து எடைபோடுங்கள், அவர்களுடைய துடுப்புக் காலணிகளின் அளவை வைத்து அல்ல.

* * *

ஒரு வாரத்தில் பல முறை, எங்களுடைய பயிற்றுவிப்பாளர்கள் எங்களை வரிசையாக நிற்க வைத்து, எங்களுடைய சீருடைகளைச் சோதனையிடுவர். அது அநியாயத்திற்கு முழுமை பெற்றதாக, எந்தவிதமான சமரசமும் அற்றதாக

இருக்கும். உங்களுடைய சீருடைத் தொப்பி ஒழுங்காகக் கஞ்சி போடப்பட்டு விறைப்பாகவும் நேர்த்தியாகவும் இருக்க வேண்டும். உங்களுடைய உடையில் இருந்த மடிப்புகள் சீராக இருந்தனவா? உங்கள் பெல்ட்டில் இருந்த பித்தளைப் பட்டை, முகம் பார்க்கின்ற கண்ணாடிபோலப் பளிச்சென்று இருந்ததா?

ஆனால், இவற்றை நீங்கள் எவ்வளவுதான் சிறப்பாகச் செய்திருந்தாலும் சரி, எங்களைச் சோதித்துப் பயிற்றுவிப்பாளர்களுக்கு அது போதுமானதாக இருக்கவில்லை. அவர்கள் அதில் ஏதாவது ஒரு தப்பைக் கண்டுபிடித்துவிடுவார்கள்.

சீருடைச் சோதனையில் தோற்றுவிட்டால், அந்த மாணவர், உடனடியாகக் கடலுக்குச் சென்று நீரில் நனைந்துவிட்டு, கடற்கரை மணல்மீது புரண்டு, உடல் முழுவதும் மண் ஒட்டிக் கொண்டிருக்கும் நிலையில் திரும்பி வந்தாக வேண்டும். அதுதான் எங்களுக்கான தண்டனை. இதற்கு நாங்கள் எங்களுக்குள் ஒரு பட்டப்பெயர் வைத்திருந்தோம்: 'சீனி பிஸ்கெட்.' நீங்கள், மணல் ஒட்டிக் கொண்டிருக்கும் அதே ஈர உடையுடன் நாள் முழுவதும் இருக்க வேண்டும்.

தங்களுடைய முயற்சிகள் அனைத்தும் விழலுக்கு இறைத்த நீர்போல வீணாவதைப் பல மாணவர்களால் தாங்கிக் கொள்ள முடிவதில்லை. அவர்கள் தங்களுடைய சீருடைகளை எவ்வளவு நேர்த்தியாக வைத்திருந்தாலும், அவர்களுடைய முயற்சிகள் ஒருபோதும் பாராட்டப்படுவதில்லை. அப்படிப்பட்ட எண்ணங்களைக் கொண்டிருந்த மாணவர்கள் ஒருபோதும் பயிற்சியை நிறைவு செய்வதில்லை. அந்தப் பயிற்சிகளின் நோக்கத்தை அவர்கள் புரிந்து கொள்வதில்லை. உங்களால் ஒருபோதும் கச்சிதமான ஒரு சீருடையை அணிந்திருக்க முடியாது. உங்களால் அதில் ஒருக்காலும் வெற்றியடைய முடியாது.

நீங்கள் எவ்வளவுதான் சிறப்பாகத் தயார் செய்திருந்தாலும் சரி, எவ்வளவுதான் சிறப்பாகச் செயல்பட்டிருந்தாலும் சரி, நீங்கள் ஒரு 'சீனி பிஸ்கெட்டாக' ஆகக்கூடும். வாழ்க்கை சில நேரங்களில் அப்படித்தான் இருக்கும்.

நீங்கள் இந்த உலகை மாற்ற விரும்பினால், முதலில் ஒரு 'சீனி பிஸ்கெட்'டாக ஆனது குறித்துப் புலம்பிக் கொண்டிருக்காமல் முன்னே செல்லுங்கள்.

* * *

பயிற்சிக் காலகட்டத்தின்போது, ஒவ்வொரு நாளும், உடல்ரீதியாகச் சவால்விடுகின்ற பல பயிற்சிகளில் நீங்கள் கலந்து கொள்ள வேண்டியிருக்கும். நெடுந்தூர ஓட்டங்கள், கடலில் நீண்டதூர நீச்சல், பல தடைகளைக் கடந்து செல்லுதல், கடுமையான உடற்பயிற்சிகள் போன்றவை உங்களுடைய துணிச்சலையும் தாங்குதிறனையும் சோதிப்பதற்காக வடிவமைக்கப்பட்டவை.

அனைத்துப் பயிற்சிகளுக்கும் தனித்தனியாகத் தர நிர்ணயங்கள் இருந்தன. அப்பயிற்சிகளை நீங்கள் ஒரு குறிப்பிட்ட நேரத்திற்குள் செய்து முடிக்க வேண்டும். பயிற்சிகளுக்கென்று நிர்ணயிக்கப்பட்டிருந்த தரங்களை உங்களால் எட்ட முடியவில்லை என்றால், உங்களுடைய பெயர் ஒரு பட்டியலில் சேர்க்கப்பட்டும். தினந்தோறும் அந்தப் பட்டியலில் இடம் பெறும் நபர்களுக்கு "சர்க்கஸில்" கலந்து கொள்வதற்கு அழைப்பு விடுக்கப்படும்.

சர்க்கஸ் என்பது மேலும் இரண்டு மணிநேரக் கடுமையான உடற்பயிற்சியாகும். உங்களைக் களைப்படைய வைத்து, உங்களுடைய உற்சாகத்தையும் துடிப்பையும் உடைத்து, உங்களை நேவி சீல் பயிற்சியிலிருந்து விலகும்படி

செய்வதற்காகவே வடிவமைக்கப்பட்டதுதான் சர்க்கஸ். சர்க்கஸில் கலந்து கொள்ள எவருமே விரும்புவதில்லை. சர்க்கஸில் நீங்கள் கலந்து கொள்வது என்பது, நீங்கள் அந்தக் குறிப்பிட்ட நாளில் சரியாகச் செயல்படவில்லை என்பதைத் தெரிவிக்கிறது. அதோடு, அதில் கலந்து கொள்தன் மூலம் நீங்கள் அதீதக் களைப்படைவீர்கள். அதன் விளைவாக அடுத்த நாள் உங்களுடைய செயற்திறன் பாதிப்படையும். அது மேலும் அதிக சர்க்கஸுக்கு வழிவகுக்கக்கூடும்.

ஆனால், நேவி சீல் பயிற்சியில் கலந்து கொள்பவர்கள் அனைவரும் கண்டிப்பாக சர்க்கஸில் கலந்து கொண்டிருப்பர். அதில் அடிக்கடி இடம் பெறுபவர்களுக்கு சுவாரசியமான விஷயம் ஒன்று நிகழ்ந்தது. அடிக்கடி கூடுதலாக இரண்டு மணிநேர உடற்பயிற்சியில் ஈடுபட்டிருந்ததன் காரணமாக அந்த மாணவர்கள் மேன்மேலும் வலுவடைந்து கொண்டிருந்தனர். சர்க்கஸ் ஏற்படுத்திய வலி உங்களுடைய உள்ளார்ந்த வலிமையை அதிகரித்தது, உடல்ரீதியான மீள்தன்மையைப் பெருக்கியது.

வாழ்க்கை சர்க்கஸ்களால் நிறைந்த ஒன்று. நீங்கள் சில நேரங்களில் கண்டிப்பாகத் தோற்பீர்கள். அடிக்கடி தோற்கக்கூட நேரிடலாம். அது வலிமிக்கதாக இருக்கலாம். அது உங்களை ஊக்கமிழக்கச் செய்வதாக இருக்கலாம். சில நேரங்களில் அது உங்களை ஆழமாக உலுக்கி எடுக்கவும் கூடும்.

நீங்கள் இந்த உலகை மாற்ற விரும்பினால், முதலில் சர்க்கஸைக் கண்டு பயப்படாதீர்கள்.

* * *

நேவி சீல் பயிற்சியில் ஈடுபட்டிருப்பவர்கள் வாரத்தில் குறைந்தபட்சம் இரண்டு முறையாவது

தடைகளைக் கடந்து செல்கின்ற பயிற்சியில் ஈடுபட்டாக வேண்டும். அந்தப் பயிற்சியில் இருபத்தைந்து தடைகள் இருக்கும். பத்தடி உயரச் சுவரை ஏறிக் கடத்தல், முப்பதடி சரக்கு வலையில் ஏறிக் கடத்தல், முட்கம்பிகளுக்கு அடியில் குப்புறப்படுத்த நிலையில் ஊர்ந்து செல்லுதல் போன்றவை அவற்றில் ஒரு சிலவாகும்.

இருப்பதிலேயே மிகவும் சவாலான தடை, ஒரு கயிற்றில் சறுக்கி வருவதாகும். நூறடி நீளமுள்ள ஒரு கயிற்றின் ஒரு முனை, மூன்று அடுக்குகளைக் கொண்ட, முப்பதடி உயரக் கோபுரம் ஒன்றின் உச்சியில் கட்டப்பட்டிருக்கும். அதன் மறுமுனை, ஒற்றை அடுக்குக் கோபுரம் ஒன்றில் கட்டப்பட்டிருக்கும்.

நீங்கள் அந்த மூன்றடுக்குக் கோபுரத்தின் மேல் ஏறிச் சென்று, அந்தக் கயிற்றில் தலைகீழாகத் தொங்கிக் கொண்டு, ஒரு கை மாற்றி மறுகையால் பற்றிக் கொண்டு, மறுமுனையைச் சென்றடைய வேண்டும். அதை வேகமாகக் கடந்ததற்கான சாதனை எங்களுடைய 1977 ஆம் ஆண்டுப் பயிற்சி வகுப்புக் காலகட்டம்வரை முறியடிக்கப்படாமல் இருந்தது. ஆனால் எங்கள் வகுப்பில் இருந்த ஒருவன் அதை முறியடிப்பதற்காக அந்தக் கயிற்றில் சறுக்கி வரத் தீர்மானித்தான்.

அவன் அந்தக் கயிற்றில் தலைகீழாகத் தொங்கியவாறு, ஒரு கை மாற்றி மறுகை என்று அடியடியாகக் கடந்து செல்வதற்குப் பதிலாக, அதன் மேற்புறமாக ஏறி வேகமாகச் சறுக்கி வரத் தீர்மானித்தான். அது ஓர் அபாயகரமான முயற்சி. அது முட்டாள்தனமானதும் ஆபத்தானதும்கூட. சறுக்குகின்றபோது பிடி நழுவினால், கீழே விழுந்து படுகாயம் அடையலாம். காயமடைந்தால், அவன் பயிற்சியிலிருந்து விலகிக் கொள்ள நேரிடும். ஆனால் அந்த மாணவன் சற்றும் தயங்காமல் படுவேகமாக

அந்தக் கயிற்றில் சறுக்கி வந்துவிட்டான். வழக்கமாக ஆகின்ற நேரத்தில் பாதி நேரம்தான் அதற்கு ஆகியிருந்தது. அத்தடைப் பயிற்சியின் முடிவில் அவன் அதுவரை அங்கு நிலவி வந்த சாதனையையும் முறியடித்திருந்தான்.

நீங்கள் இந்த உலகை மாற்ற விரும்பினால், சில சமயங்களில் தொங்குக் கயிற்றில் வேகமாகப் பாய்ந்து சறுக்கி வர வேண்டியிருக்கும்.

* * *

எங்களுடைய நேவி சீல் பயிற்சியின் ஒரு கட்டமாக விளங்கிய ஒரு பயிற்சிக்காக, சான்டியாகோ கடற்கரையிலிருந்து சிறிது தொலைவிலிருந்த சான் கிளெமென்ட் தீவுக்கு நாங்கள் ஒரு ஹெலிகாப்டரில் அழைத்துச் செல்லப்பட்டோம். அக்கடற்பகுதி வெள்ளைச் சுறாக்கள் நிறைந்த ஓர் இடமாகும். நாங்கள் நேவி சீல் பயிற்சியில் வெற்றிகரமாகத் தேற வேண்டுமென்றால், அங்கு மேற்கொள்ளப்படுகின்ற பல நீச்சல் பயிற்சிகளை நாங்கள் முடித்தாக வேண்டும். அவற்றில் ஒன்று, இரவில் அந்தக் கடலில் நீந்துவது.

அப்பயிற்சிக்கு முன்பாக, பயிற்றுவிப்பாளர்கள், அக்கடற்பகுதியில் இருந்த அனைத்து வகையான சுறாக்களைப் பற்றியும் விலாவாரியாக விவரித்தனர். எங்களுக்கு ஆறுதலளிக்கும் விதமாக, அதுவரை எந்தவொரு நேவி சீல் பயிற்சியாளரையும் எந்தச் சுறாவும் காவு வாங்கியதில்லை – குறைந்தபட்சம் சமீப காலங்களில் – என்று வேறு அவர்கள் எங்களிடம் கூறினர்.

அதே நேரத்தில், தப்பித் தவறிச் சுறாக்கள் எங்களைச் சூழந்து கொண்டால் நாங்கள் என்ன செய்ய வேண்டும் என்ற அறிவுறுத்தல்களையும் அவர்கள் வழங்கினர். அப்படிப்பட்ட நேரங்களில்

நீங்கள் அதே இடத்தில் இருக்க வேண்டும், அங்கிருந்து நீந்திச் செல்ல முயலக்கூடாது, பயப்படக்கூடாது போன்றவை அவற்றில் அடங்கும். அப்படியும், அர்த்த ராத்திரி உணவுக்காக ஒரு சுறா உங்களை நோக்கிப் பாய்ந்து வந்தால், நீங்கள் உங்களுடைய பலம் முழுவதையும் பயன்படுத்தி அதன் முகத்தின்மீது ஓங்கிக் குத்தினால் அந்தச் சுறா பயந்து ஓடிவிடும் என்பதைக் குறிப்பிடவும் அவர்கள் மறக்கவில்லை.

இந்த உலகில் ஏராளமான சுறாக்கள் இருக்கின்றன. நீங்கள் உங்களுடைய நீச்சலை நிறைவு செய்ய விரும்பினால் அவற்றை நீங்கள் கையாண்டுதான் ஆக வேண்டும்.

நீங்கள் இந்த உலகை மாற்ற விரும்பினால், சுறாக்களிடமிருந்து ஒருபோதும் பின்வாங்காதீர்கள்.

* * *

நேவி சீல்கள் என்ற முறையில், கடலுக்கு அடியில் சென்று எதிரிகளின் கப்பல்கள்மீது தாக்குதல்கள் நடத்துவது எங்களுடைய வேலைகளில் ஒன்று. இதற்காக நாங்கள் ஏராளமான பயிற்சிகளை எடுத்துக் கொண்டோம். கப்பல்கள்மீது தாக்குதல் நடத்துவதற்கான பயிற்சியின்போது, ஒரு ஜோடி நேவி சீல்கள் எதிரிக் கப்பல் இருக்கின்ற துறைமுகப் பகுதியில் இருக்கின்ற கடலுக்குள் இறக்கிவிடப்படுவர். அவர்கள் அங்கிருந்து சுமார் இரண்டு மைல்கள் கடலுக்கு அடியில் நீந்திச் செல்ல வேண்டும். அவர்கள் தங்களுடைய இலக்கை அடைவதற்கு, அவர்களுக்கு ஒரு திசைகாட்டும் கருவியும் ஓர் ஆழமானியும் மட்டுமே கொடுக்கப்படும்.

அந்த இரண்டு மைல் தூர நீச்சலின்போது, நீங்கள் கடலுக்கு அடியே நீந்திக் கொண்டிருந்தால்கட, கடலின் மேல் மட்டத்திலிருந்து ஓரளவு வெளிச்சம்

வந்து கொண்டிருக்கும். உங்களுக்கு மேலே சிறிது உயரத்தில் திறந்தவெளிக் கடல் இருக்கிறது என்ற அறிதல் உங்களுக்கு ஒருவிதமான சௌகரிய உணர்வைக் கொடுக்கும். ஆனால், நீங்கள் அக்கப்பலை நெருங்கி அதன் அடிப்பகுதியை நெருங்குகின்றபோது, அக்கப்பல், மேலேயிருந்து வருகின்ற அனைத்து வெளிச்சத்தையும் சுத்தமாக மறைத்துவிடும்.

உங்களுடைய இலக்கு, கடலுக்கு அடியில் நீந்திச் சென்று அந்தக் கப்பலின் அடிப்பாகத்தை அடைவதாகும். ஆனால், அப்பகுதிதான் இருப்பதிலேயே மிகவும் இருண்ட பகுதியாகும். அங்கு நீங்கள் உங்களுடைய முகத்திற்கு அருகே உங்களுடைய கையைக் கொண்டுவந்தால்கூட உங்களால் அதைப் பார்க்க முடியாது. அதோடு, அந்த இடத்தில் கப்பலின் இயந்திரங்களிலிருந்து வருகின்ற ஓசை காதைச் செவிடாக்குகின்ற அளவில் இருக்கும். அதனால் அங்கு நீங்கள் திக்குத் திசை அறியாமல் குழம்பிப் போவதற்கு வாய்ப்பு இருப்பதால், நீங்கள் உங்களுடைய முயற்சியில் தோல்வியடைவதற்கு அதிக வாய்ப்புண்டு.

ஆனால், கப்பலுக்கு அடியில் இருக்கின்ற, தன்னுடைய பணியின் மிக இருண்ட அக்கணத்தில்தான் தான் அமைதியாகவும் நிதானமாகவும் இருக்க வேண்டும் என்பதை ஒவ்வொரு நேவி சீல் வீரனும் அறிவான். அப்போதுதான் அவன் தன்னுடைய அனைத்து உத்திசார் திறன்களையும் உடல் வலுவையும் உள்ளார்ந்த வலிமையையும் வெளிக் கொண்டுவர வேண்டியிருக்கும்.

நீங்கள் இந்த உலகை மாற்ற விரும்பினால், உங்களுடைய மிக இருண்ட கணத்தில் உங்களால் எவ்வளவு சிறப்பாகச் செயல்பட முடியுமோ, அவ்வளவு சிறப்பாகச் செயல்பட வேண்டும்.

* * *

எங்களுடைய பயிற்சியின் ஒன்பதாவது வாரத்தை நாங்கள் "நரக வாரம்" என்று அழைத்தோம். அந்த வாரத்தில் ஆறு நாட்கள் எங்களால் தூங்க முடியாது. நாங்கள் தொடர்ச்சியாக உடல்ரீதியாகவும் மனரீதியாவும் தொந்தரவுக்கு ஆளாக்கப்பட்டுக் கொண்டே இருப்போம். அதோடு, ஒரு நாள், நாங்கள் ஒரு சகதி நிலப் பகுதியில் இருக்க வேண்டும். அப்பகுதி சான்டியாகோவுக்கும் டிஜுவானாக்கும் இடைப்பட்ட இடத்தில் இருக்கிறது. சான்டியாகோவின் கழிவுநீர் வந்து அங்கிருந்த மண்ணோடு கலந்து உருவானதுதான் அந்தச் சக்தியும் சேறும்.

அந்த நரக வாரத்தின் புதன்கிழமையன்று நீங்கள் உங்களுடைய மிதவைப் படகில் ஏறித் துடுப்பு வலித்து அந்தச் சகதி நிலப் பகுதியை அடைவீர்கள். அங்கு, அந்தக் கடுங்குளிரான சகதிக்குள், ஊளையிட்டுக் கொண்டிருக்கும் காற்றுக்கு நடுவில், அதிலிருந்து தப்பிக்கப் பயிற்சியிலிருந்து விலகிக் கொள்ளுமாறு பயிற்றுவிப்பாளர்கள் ஆசை காட்டுவர். நீங்கள் அதற்கு மயங்கிவிடாமல் பதினைந்து மணிநேரம் தாக்குப்பிடிக்க வேண்டும்.

அந்தப் புதன்கிழமையன்று மாலையில் அந்தி சாய்ந்துகொண்டிருந்தபோது,எங்களுடையகுழுவினர் அந்தச் சகதிப் பகுதிக்குள் இறக்கிவிடப்பட்டனர். நாங்கள் அதில் இறங்கியவுடனேயே கழுத்துவரை அதற்குள் புதைந்துவிட்டோம். எங்களுடைய குழுவில் இருந்தவர்களில் ஐந்து பேர் மட்டும் அப்பயிற்சியிலிருந்து வெளியேறுவதற்கு ஒப்புக் கொண்டுவிட்டால், எங்கள் அனைவரையும் அந்தச் சகதியிலிருந்து வெளியேற அனுமதிப்பதாக எங்களுடைய பயிற்றுவிப்பாளர்கள் கூறினர்.

ஏழு மணிநேரம் கழித்து, அந்தச் சகதிக்குள்ளிருந்த நான் என்னைச் சுற்றிப் பார்த்தபோது, ஒரு சில மாணவர்கள் அப்பயிற்சியிலிருந்து விலகிக் கொள்ள

முடிவெடுத்திருந்தனர் என்பது வெளிப்படையாகத் தெரிந்தது. எலும்பை உறைய வைக்கின்ற அந்தக் கடுங்குளிரை இன்னும் எட்டு மணிநேரம் நாங்கள் பொறுத்துக் கொள்ள வேண்டியிருந்தது. குளிரில் நடுங்கிக் கொண்டிருந்த பற்களின் ஓசையும், குளிர் தாங்காமல் மாணவர்கள் வெளிப்படுத்திய முனகல்களும், வேறு எந்தச் சத்தத்தையும் கேட்க முடியாத அளவுக்குச் சத்தமாக இருந்தன. ஆனால், திடீரென்று அந்த இரவைக் கிழித்துக் கொண்டு ஓர் ஒற்றைக் குரல் ஒலித்தது. அது ஒரு பாட்டைப் பாடியது. அதில் சுருதி, ராகம் எல்லாம் தப்புத் தப்பாக இருந்தது. ஆனால், அதில் உற்சாகம் துள்ளி விளையாடியது. ஒரு குரல் விரைவில் இரண்டு குரல்கள் ஆயிற்று. அதற்குப் பிறகு இன்னும் இரண்டு குரல்கள் சேர்ந்து கொண்டன. வெகு விரைவில் மொத்த வகுப்பும் அந்தப் பாட்டை ஒருமித்தக் குரலில் பாடிக் கொண்டிருந்தது.

ஒருவனால் தன்னுடைய துயர நிலையைவிட்டு மேலே எழ முடியுமென்றால், மற்ற அனைவராலும் முடியும் என்பதை நாங்கள் அறிந்திருந்தோம். நாங்கள் பாட்டை நிறுத்தவில்லை என்றால், கூடுதல் நேரம் நாங்கள் சகதிக்குள் கிடக்க வேண்டும் என்று பயிற்றுவிப்பாளர்கள் எங்களை அச்சுறுத்தினர். ஆனால், நாங்கள் பாட்டை நிறுத்தவேயில்லை. எதனாலோ சகதி சிறிது வெப்பமடைந்திருந்ததுபோல நாங்கள் உணர்ந்தோம், காற்று மட்டுக்குள் இருந்ததுபோலக் காணப்பட்டது, விடியலுக்காக வெகுநேரம் காத்திருக்க வேண்டியதில்லாதிருப்பதுபோலத் தெரிந்தது.

உலகெங்கும் சுற்றியிருந்ததிலிருந்து நான் கற்றுக் கொண்டிருந்த ஒரு விஷயம், நம்பிக்கையின் சக்தி எப்படிப்பட்டது என்பது. அந்த நம்பிக்கையைத் தனிநபர்களால் ஏற்படுத்த முடியும். ஜார்ஜ் வாஷிங்டன், ஆபிரகாம் லிங்கன், மார்ட்டின் லூதர் கிங் ஜூனியர்,

மண்டேலா, மலாலா போன்றவர்கள் அதற்கான எடுத்துக்காட்டுகள். மக்களுக்கு நம்பிக்கையூட்டுவதன் மூலமாகத் தனியொரு மனிதனால் இந்த உலகத்தையே மாற்ற முடியும்.

நீங்கள் இந்த உலகை மாற்ற விரும்பினால், கழுத்தளவுச் சகதியில் புதைந்து கிடக்கும்போதுகூட ஒரு பாட்டைப் பாடத் துவங்குங்கள்.

* * *

இறுதியாக, நேவி சீல் பயிற்சிக்கூடத்தில் ஒரு மணி இருக்கும். பித்தளையால் செய்யப்பட்டிருந்த ஒரு பெரிய மணி அது. அது அந்த வளாகத்தின் மத்தியில், அனைத்து மாணவர்களின் கண்பார்வையில் தென்படுகிறார்போலத் தொங்கவிடப்பட்டிருந்தது. நீங்கள் பயிற்சியிலிருந்து விலகிக் கொள்ள விரும்பினால், நேராகச் சென்று அந்த மணியை அடித்தால் போதும். அந்த மணியை அடித்தால், நீங்கள் தினமும் காலையில் ஐந்து மணிக்கு எழுந்திருக்க வேண்டியிருக்காது. அந்த மணியை அடித்தால், நீங்கள் எலும்பை உறைய வைக்கின்ற குளிர் நீரில் நீந்த வேண்டியிருக்காது. அந்த மணியை அடித்தால், நீங்கள் நெடுந்தூர ஓட்டம், தடை தாண்டுதல், உடற்பயிற்சிகள் மற்றும் பயிற்சியின் பிற கடினமான விஷயங்களில் ஈடுபட வேண்டியிருக்காது.

நீங்கள் செய்ய வேண்டியதெல்லாம், வெறுமனே அந்த மணியை அடிக்க வேண்டியது மட்டும்தான்.

நீங்கள் இந்த உலகை மாற்ற விரும்பினால், எக்காரணம் கொண்டும் ஒருபோதும் மணியை அடித்துவிடாதீர்கள்.

* * *

2014 வகுப்பைச் சேர்ந்த மாணவர்களாகிய நீங்கள் இன்னும் சற்று நேரத்தில் பட்டம் பெறவிருக்கிறீர்கள். இன்னும் சற்று நேரத்தில், வாழ்க்கையெனும் பயணத்திற்குள் நீங்கள் அடியெடுத்து வைக்கவிருக்கிறீர்கள். இன்னும் சற்று நேரத்தில், இந்த உலகை ஒரு மேம்பட்ட இடமாக மாற்றுகின்ற காரியத்தில் நீங்கள் இறங்கவிருக்கிறீர்கள். ஆனால் அது அவ்வளவு எளிதாக இருக்காது.

உங்களுடைய ஒவ்வொரு தினத்தையும் ஒரு வேலையைச் செய்து முடிப்பதன் மூலம் துவக்குங்கள். வாழ்க்கையின் ஊடாகப் பயணிப்பதற்கு உங்களுக்கு உதவுகின்ற ஒருவரைக் கண்டுபிடியுங்கள். அனைவரையும் மதியுங்கள். வாழ்க்கை நியாயமற்றது என்பதையும், நீங்கள் தோல்வியுறக்கூடும் என்பதையும் அறிந்திடுங்கள். ஆனால், நீங்கள் துணிந்து சில ஆபத்துகளை எதிர்கொள்வது, நிலைமை கடினமாகின்றபோது உங்களுடைய முயற்சிகளை அதிகரித்துக் கொள்வது, உங்களை அடக்கியாள நினைப்பவர்களை நேருக்கு நேர் எதிர்கொள்வது, கீழிருப்பவர்களைக் கைதூக்கிவிடுவது, ஒருபோதும் பின்வாங்காதிருப்பது மோன்றவற்றை நீங்கள் செய்தால், உங்களுக்கு அடுத்து வருகின்ற தலைமுறையினரும், அதற்கு அடுத்து வருகின்ற தலைமுறையினரும் இன்று இருப்பதைவிட மேம்பட்ட ஓர் உலகில் வாழ்ந்து கொண்டிருப்பர். இங்குத் துவங்கிய விஷயம் உண்மையிலேயே இந்த உலகை ஒரு மேம்பட்ட இடமாக மாற்றியிருக்கும்.

உங்கள் அனைவருக்கும் நன்றி. விடைபெறுகிறேன்.

நன்றியுரை

என்னுடைய பதிப்பாசிரியர் ஜேமி ராபின் பொறுமைக்காகவும் புரிந்துணர்வுக்காகவும் நான் அவருக்கு நன்றி சொல்லக் கடமைப்பட்டுள்ளேன். காலத்தால் எளிதில் அழிக்கப்பட முடியாத ஓர் அழகான நூலை அவர் உருவாக்கிக் கொடுத்திருக்கிறார். இந்நூலில் தங்களைப் பற்றிக் குறிப்பிட எனக்கு அனுமதியளித்த என்னுடைய அனைத்து நண்பர்களுக்கும் நன்றி. கடும் சோதனைகளைக் கண்டு அஞ்சாமல் நின்ற அவர்களுடைய துணிச்சல், அவர்கள் நினைத்துள்ளதைக் காட்டிலும் என்னை வெகுவாக ஊக்கப்படுத்தியுள்ளது.

PSV குமாரசாமி

மொழிபெயர்ப்பாளர்

குமாரசாமி ஒரு தொழில்முறை மொழிபெயர்ப்பாளர். கவிஞர். கட்டுரையாளர். சுற்றுச்சூழல் ஆர்வலர். மலையேற்றப் பயிற்சியாளர். புகைப்படம் எடுப்பதில் அலாதி ஆர்வமுடையவர். ஊர் சுற்றுவதில் ஏக விருப்பமுடையவர்.

இவருடைய முப்பத்தைந்து ஆண்டுகால மொழிபெயர்ப்பு அனுபவத்தில் நூற்றுக்கும் மேற்பட்ட நூல்கள், எண்ணற்றக் கட்டுரைகள் மற்றும் கவிதைகள் வெளிவந்துள்ளன. இலக்கியம், சுயமுன்னேற்றம், சுற்றுச்சூழல், பொருளாதாரம், அறிவியல், சமூகவியல், உள்ளிட்டப் பல்வேறு துறைகள் தொடர்பான நூல்கள் அவற்றில் அடங்கும்.

இவருடைய மனைவி நாகலட்சுமி சண்முகமும் ஒரு சிறந்த மொழிபெயர்ப்பாளர் என்பது குறிப்பிடத்தக்கது. குமாரசாமி தன் மனைவியுடனும் தன் மகன்கள் இருவருடனும் தற்போது மும்பையில் வசித்து வருகிறார்.

வில்லியம் எச். மெக்ரேவன்

நூலாசிரியர்

அட்மிரல் வில்லியம் எச். மெக்ரேவன், அமெரிக்கக் கடற்படையில் ஓர் அட்மிரலாக இருந்து ஓய்வு பெற்றவர். அவருடைய 'உங்கள் படுக்கையை மடித்து வையுங்கள்' நூல், நியூயார்க் டைம்ஸ் பத்திரிகை தொகுத்து வழங்குகின்ற, மிகச் சிறப்பாக விற்பனையாகின்ற நூல்கள் பட்டியலில் முதலிடத்தைப் பிடித்தது.

இந்நூல் தவிர மேலும் இரண்டு பிரபலமான நூல்களையும் அவர் எழுதியுள்ளார். அவர் ஒரு நேவி சீல் வீரராகப் பணியாற்றியிருந்த 37 ஆண்டுகளில், அந்த அமைப்பின் அனைத்துத் தளங்களிலும் தலைமையேற்றுப் பணியாற்றியுள்ளார். ஒரு நான்கு நட்சத்திர அட்மிரல் என்ற முறையில், இறுதியாக அவர் அமெரிக்காவின் அனைத்துச் சிறப்புப் பிரிவுகளின் தளபதியாகப் பணியாற்றியிருந்தார்.

இராணுவப் பணியிலிருந்து ஓய்வு பெற்றப் பிறகு, 2015லிருந்து 2018 வரை, டெக்சாஸ் பல்கலைக்கழகத்தின் வேந்தராக அவர் பணியாற்றினார். இப்போது அவர் ஆஸ்டின் நகரில் தன் மனைவி ஜார்ஜீனுடன் வசித்து வருகிறார்.

